വടക്കൻപാട്ടുകഥകൾ
കുട്ടികൾക്ക്

vadakkanpattukadhakal kuttikalkku
balasahithyam

•

pannyannoor bhasi

•

first edition
february 2012

•

typesetting
sunil

•

published
chintha publishers, thiruvananthapuram

•

printed
akshara offset, thiruvananthapuram

•

cover & illustration
sudheer p y

വിതരണം

ദേശാഭിമാനി ബുക്ക് ഹൗസ്
H O തിരുവനന്തപുരം–695 035
www.chinthapublishers.com
chinthapublishers@gmail.com

ബ്രാഞ്ചുകൾ

ഹെഡ്ഡാഫീസ് കുന്നുകുഴി • ഓവർബ്രിഡ്ജ് തിരുവനന്തപുരം • കെ എസ് ആർ ടി സി ബസ് സ്റ്റേഷൻ ആലപ്പുഴ • കെ എസ് ആർ ടി സി ബസ് സ്റ്റേഷൻ എറണാകുളം • മച്ചിങ്ങൽ ലെയ്ൻ തൃശൂർ • ഐ ജി റോഡ് കോഴിക്കോട് • കെ എസ് ആർ ടി സി ബസ് സ്റ്റേഷൻ കോഴിക്കോട് • എൻ ജി ഒ യൂണിയൻ ബിൽഡിങ് കണ്ണൂർ • സെൻട്രൽ ബസ് ടെർമിനൽ കോംപ്ലക്സ് താവക്കര കണ്ണൂർ

CO - 1693 / 2843

വടക്കൻപാട്ടുകഥകൾ കുട്ടികൾക്ക്

(ബാലസാഹിത്യം)

പന്ന്യന്നൂർ ഭാസി

ചിന്ത പബ്ലിഷേഴ്സ്
തിരുവനന്തപുരം-695 035

പന്ന്യന്നൂർ ഭാസി

1942 ൽ തലശ്ശേരിക്കടുത്ത പന്ന്യന്നൂർ ഗ്രാമത്തിൽ ജനനം. പേര്: കെ പി ഭാസ്കരൻ. പിതാവ്: പരേതനായ കെ പി കൃഷ്ണൻ മാസ്റ്റർ. മാതാവ്: പരേതയായ കെ പി മാതുവമ്മ.

പ്രമുഖ ആനുകാലികങ്ങളിൽ കഥ, നോവൽ, ലേഖനം മുതലായവ പ്രസിദ്ധീകരിച്ചിട്ടുണ്ട്. 1963 ൽ *ജനയുഗം* വാരികയിൽ ഖണ്ഡശഃ പ്രസിദ്ധപ്പെടുത്തിയ *ചങ്ങാതികൾ* എന്ന ബാലകഥയാണ് പ്രഥമകൃതി. ഇതിനകം വിവിധസാഹിത്യവിഭാഗങ്ങളിൽപ്പെട്ട 14 ഗ്രന്ഥങ്ങൾ പ്രസിദ്ധീകരിച്ചു.

ഗുണ്ടർട്ടിന്റെ ഗുരുനാഥന്മാർ, ചങ്ങാതികൾ, സഹകരണവിജ്ഞാനം വിദ്യാർഥികൾക്ക് (ബാലസാഹിത്യം), *തീപ്പന്തങ്ങൾ* (ഗാനസമാഹാരം), *സംക്ഷിപ്തസഹകരണവിജ്ഞാനബോധിനി* (റഫറൻസ് ഗ്രന്ഥം-സഹഗ്രന്ഥകാരൻ), *സഹകരണപഠനസഹായി* (വൈജ്ഞാനികഗ്രന്ഥം-സഹഗ്രന്ഥകാരൻ), *സഹകരണ പ്രസ്ഥാനത്തിന്റെ കഥ* (ലേഖനങ്ങൾ), *ഇ നാരായണൻ-സഹകരണത്തിന്റെ സാരഥി* (ജീവചരിത്രം), *തമ്പുരാനെ തോൽപ്പിച്ച പെണ്ണ്* (വടക്കൻപാട്ട് പഠനം), *അഞ്ചു വടക്കൻപാട്ടുകൾ* (വടക്കൻപാട്ടുകൾ), *അശാന്തിക്കപ്പുറം, അങ്കം, ഗതി* (നോവലുകൾ) എന്നിവയാണ് കൃതികൾ.

1997 ൽ സംസ്ഥാനസഹകരണവകുപ്പിലെ ഡപ്യൂട്ടി രജിസ്ട്രാർ തസ്തികയിൽനിന്ന് വിരമിച്ചു.

ഭാര്യ : പരേതയായ വി പി ഭവാനി.

മക്കൾ : ബീന, ബിജു, ബൈജു.

വിലാസം : സദ്മം (കൃഷ്ണ)
പന്ന്യന്നൂർ പി ഒ.
കണ്ണൂർ ജില്ല. പിൻ: 670 671
ഫോൺ: 0490-2318980

ഉള്ളടക്കം

വടക്കൻപാട്ടുകളുടെ ശേഖരണത്തിൽ എനിക്ക്
പ്രചോദനമേകിയ അകാലത്തിൽ അന്തരിച്ച
സ്നേഹനിധിയായ എന്റെ സഹധർമിണി ഭവാനിക്ക്

മുഖമൊഴി

അപ്രകാശിതങ്ങളും അല്ലാത്തതുമായ വടക്കൻപാട്ടുകളിൽനിന്ന് ഏതാനും ചിലത് തെരഞ്ഞെടുത്ത് ബാലസമൂഹത്തിന് ഇമ്പമേറുംവിധം തയാറാക്കിയ ഒരു ലഘുകൃതിയാണിത്.

വടക്കൻപാട്ടുകളിലെ പ്രമുഖകഥാപാത്രങ്ങളായ തച്ചോളി ഒതേനൻ, ആറ്റുംമണമ്മേൽ ഉണ്ണിയാർച്ച എന്നിവരടക്കമുള്ള ഏതാനും ചിലരുടെ ജീവിതകഥകൾ ഇതിൽ ഉൾപ്പെടുത്തിയിട്ടുണ്ട്.

നമ്മുടെ ഫോക്‌ലോർ വിഭാഗത്തിൽപ്പെട്ട വടക്കൻപാട്ടുകഥകൾ കുട്ടികൾക്ക് ഏറെ ഹൃദ്യമാകുമെന്ന വിശ്വാസത്തോടെ,

പന്ന്യന്നൂർ ഭാസി

1

പിണറോട്ടിടം വാണ തമ്പുരാൻ

നാടുവാഴിത്തമ്പുരാക്കന്മാർ നാട്ടിലെ മറ്റ് തറവാട്ട് കാരണവന്മാരിൽനിന്ന് പൊന്നുംപണവും വായ്പ വാങ്ങിക്കൊണ്ടുപോകുന്ന സമ്പ്രദായം നിലവിലുണ്ടായിരുന്നു. അതിന് ഈടായി കാട്ടുന്നത് തമ്പുരാക്കൻമാരുടെ കാർഷികോൽപ്പന്നങ്ങളോ വനവിഭവങ്ങളോ ആയിരിക്കും. ചിലപ്പോൾ കാരണവന്മാരുടെ ജീവിതകാലത്ത് അങ്ങനെയുള്ള കടം തിരിച്ചടച്ചിട്ടുണ്ടാവില്ല. പിരിഞ്ഞുകിട്ടാനുള്ള പൊന്നോ പണമോ തിരികെ ലഭിക്കാൻ അനന്തിരവന്മാർ ശ്രമമാരംഭിച്ചാൽ അഭിമാനക്ഷയമോർത്ത് ഇരുപക്ഷക്കാർ തമ്മിൽ പൊയ്ത്ത് നടത്തുന്നത് വിരളമല്ല.

പിണറോട്ടിടം വാണ തമ്പുരാൻ വായ്പ വാങ്ങിയ പൊന്ന് തിരികെ വാങ്ങാൻ പോയ പനങ്ങാടൻ ചന്തുവിന്റെ വടക്കൻ പാട്ടുകഥ:

കോയിലത്ത് തോട്ടോളി വീട്ടിലെ മാളികമുറികൾ തൂത്തുവാരുമ്പോൾ അവിടത്തെ ഉപ്പാട്ടിക്ക് ഒരു ചെമ്പോല വീണുകിട്ടി. പൊടിപിടിച്ചു കിടന്ന ചെമ്പോലയിലെ ലിഖിതങ്ങൾ അവ്യക്തമായിരുന്നു. ഓലയിലെഴുതിയ വാചകങ്ങൾ വായിച്ചപ്പോൾ ഉപ്പാട്ടിയുടെ കണ്ണുകൾ വിടർന്നു. പിണറോട്ടിടം വാണ തമ്പുരാൻ

കോയിലത്ത് തോട്ടോളി തറവാട്ടിൽനിന്ന് എഴുന്നൂറ് പൊന്നു വാങ്ങിക്കൊണ്ടുപോയി. ഏലമോ ചന്ദനമോ തിരികെ തരാമെന്ന വ്യവസ്ഥയിലാണ് വായ്പ വാങ്ങിയത്.

കാലമേറെ കഴിഞ്ഞു.

"ഏലമൊരുതരിതാണിട്ടില്ല
ചന്ദനോമൊരുതരി കിട്ടീട്ടില്ല
പൊന്നെങ്കിൽ പൊന്നുമേ തന്നതില്ല"

വാഗ്ദത്തമനുസരിച്ച് പൊന്ന് തിരികെ നൽകിയില്ല. അതിനുപകരമായി തരാമെന്ന് പറഞ്ഞ ഏലമോ ചന്ദനമോ തന്നതുമില്ല.

പനങ്ങാടൻ ചന്തുവിനെ വിളിച്ച് ഉപ്പാട്ടി വിവരം പറഞ്ഞു.

"പിണറോട്ടിടത്തിൽപോയി തമ്പുരാനോട് കടംവീട്ടാൻ ആവശ്യപ്പെടണം."

"പടിക്കലെ ചന്ദനനിറയൊഴിഞ്ഞു
തൊണ്ണൂറാൻ പത്തായം മൂന്നൊഴിഞ്ഞു."

മാളികയിലെ ചന്ദനസൂക്ഷിപ്പ് ശൂന്യമായതും, തൊണ്ണൂറാൻ നെല്ല് നിറച്ചുവെച്ച മൂന്നുപത്തായങ്ങൾ കാലിയായതും ഉപ്പാട്ടി ഓർമിപ്പിച്ചു.

പനങ്ങാടൻചന്തു പിണറോട്ടിടത്തേക്ക് യാത്ര പുറപ്പെട്ടു. ഉറുമിയും പരിചയും തൊഴുത് അത് കയ്യിലേന്തി കുറ്റിപ്പടിയിറങ്ങി.

ചന്തു പോകുന്നവഴിയിൽ ഏലമലയിലെ ജോലിക്കാർ ഏലം മുറിച്ച് കൊടുക്കുന്നത് കണ്ടു.

"ആർക്കു വേണ്ടിയാണീ ഏലക്കെട്ടുകൾ?"

ചന്തു അൽപ്പം ഗർവോടെ തിരക്കി.

"പിണറോട്ടിടം വാണ തമ്പുരാന് വേണ്ടിയാണ്."

ജോലിക്കാർ ഭവ്യരായി മൊഴിഞ്ഞു. അവർ ധൃതഗതിയിൽ

ജോലി തുടർന്നു.

“നിർത്തൂ – ഞാൻ കീഴെപനങ്ങാടൻ ചന്തുവാണ് പറയുന്നത്. ഏലം മുറിക്കേണ്ട. അത് കെട്ടാക്കുകയും വേണ്ട.”

ചന്തു അധികാരസ്വരത്തിൽ ജോലിക്കാരെ വിലക്കി. അവരെ ഭീഷണിപ്പെടുത്തുംമട്ടിൽ സംസാരിച്ചു.

പിന്നീട് ചന്തു ചെന്നത് കാടർമലയിലേക്കാണ്. അവിടെ കുറിച്യജാതിയിൽപ്പെട്ട കുറെപ്പേർ ചന്ദനമരം വെട്ടി കെട്ടുകളാക്കി വെക്കുകയായിരുന്നു.

“ചന്ദനംമുറിക്കും കുറിച്യന്മാരെ,
ചന്ദനം മുറിക്കണ്ട കെട്ടാക്കണ്ട.”

ചന്തു അവിടെ മരംവെട്ട് തടഞ്ഞു. അവരുടെ നേരെയും ഭീഷണിയുയർത്തി.

അതിനുശേഷം ചന്തു പിണറോട്ടിടം കൊട്ടാരത്തിലെത്തി. തമ്പുരാൻ ആഗതനെ കണ്ടു. പടിക്കൽവന്ന ചന്തുവിന് പതിവുപോലെ മുന്നാഴി കല്ലരിയും ഒരുകഷണം മുണ്ടും നായന്മാർവശം കൊടുത്തയച്ചു.

“കല്ലരിക്ക് ഞാൻ വന്നിട്ടില്ല
ഒരു കഷ്ണം മുണ്ടിനും വന്നിട്ടില്ല
പാട് പിരിക്കാനാ വന്നത് ഞാൻ”

തന്നെ ഒരു യാചകനായി കണക്കാക്കി എന്തെങ്കിലും തന്നു തിരിച്ചയക്കാമെന്ന് തമ്പുരാൻ കരുതിയിരിക്കാം – ചന്തു ദേഷ്യഭാവം കാട്ടി.

കിട്ടാക്കടം പിരിച്ചെടുക്കാൻ വന്ന യുവാവ് തന്റെ അഭിമാനത്തിനു ക്ഷതമേൽപ്പിച്ചിരിക്കുകയാണ്. അങ്ങനെയൊരു അനുഭവം മുമ്പുണ്ടായിട്ടില്ല. അധികാരമെല്ലാം തന്നിൽ നിക്ഷിപ്തമാണ്. തന്നെ ചോദ്യം ചെയ്യാൻ ആരാണുള്ളത്. കടം വാങ്ങിയ പൊന്ന് സൗകര്യമുള്ളപ്പോൾ കൊടുക്കും. തിരുവായ്ക്കെതിർവായോ? അഹങ്കാരികളായ ആരെങ്കിലും വന്നാൽ അത് വക

വെച്ചുകൊടുക്കാനാകില്ല – തമ്പുരാൻ മനസിൽ നിനച്ചു.

ചന്തുവിനെ തിരിച്ചയക്കാൻ വേറെ വഴിയൊന്നുമില്ല. വായ്പ വാങ്ങിയ പൊന്ന് തിരികെ കൊടുക്കണം. അല്ലെങ്കിൽ അത് ഒഴിവായിക്കിട്ടാൻ ചന്തുവിനെ അപകടപ്പെടുത്തണം. തമ്പുരാൻ കാടർമലയിലെ മന്ദന്റെ അടുക്കലേക്ക് കുതിച്ചു.

"കാടർ മലയിലെ കുഞ്ഞിമ്മന്ദാ
പടിക്കലൊരു നായര് വന്നിട്ടുണ്ട്
നായര്ക്ക് അമ്പ് കൊടുത്തീടണം
ഇന്റെമനസെന്നോടുണ്ടെങ്കില്
എനിക്കെന്റെ മാളികയിലിരിക്കാം."

പിണറോട്ടിടത്തിലെ പടിക്കൽ വന്നുനിൽക്കുന്ന നായർ യുവാവിനെ അമ്പെയ്ത് വീഴ്ത്തണം. എങ്കിലേ താൻ തൽക്കാലം രക്ഷപ്പെടുകയുള്ളൂ. നീ വിചാരിച്ചാൽ എനിക്കെന്റെ മാളികയിൽ സ്വസ്ഥമായികഴിയാം.

–തമ്പുരാൻ മന്ദന്റെ മുമ്പിൽ പരിഹാരനിർദേശം വെച്ചത് അങ്ങനെയാണ്.

"അത് തന്നെ കേട്ടുള്ള കാടൻ മന്ദൻ
ഒരുപിടി അമ്പുമരയിൽ വില്ലും
അങ്ങനെ അവിടുന്നിറങ്ങിയവൻ
താണുള്ള പൊയ്കയിൽ മീനും നോക്കി
എകർന്ന മലയില് മാനുംനോക്കി
ആലത്തിൻ പൊത്തിലുടുമ്പും നോക്കി
പിണറോട്ടിടത്തിലും പോരുന്നല്ലോ"

തമ്പുരാന്റെ ആവശ്യം പരിഗണിച്ച് മന്ദൻ വൈകാതെ അമ്പുംവില്ലുമായി പിണറോട്ടിടത്തിലെത്തി. കാട്ടുജാതിക്കാരനായ മന്ദന്റെ സ്വഭാവവിശേഷങ്ങൾ വരച്ചുകാട്ടുന്ന പാട്ടാണിത്. ജലാശയങ്ങളിൽ വളരുന്ന മത്സ്യത്തെയും മലമുകളിലെ മാനിനെയും, ആൽമരത്തിലെ പൊത്തിലുള്ള ഉടുമ്പ് എന്ന ജീവി

യെയും വീക്ഷിച്ചുകൊണ്ടാണ് മന്ദന്റെ പോക്ക്. കിട്ടിയാൽ അത് തന്റെ ഭക്ഷണത്തിനുപയോഗിക്കാമല്ലൊ എന്ന് മനസിൽ നിനച്ചുകൊണ്ട് മന്ദൻ നീങ്ങി.

ചന്തുവിനെ കണ്ടപ്പോൾ മന്ദനു മനസ്സാക്ഷിക്കുത്തുണ്ടായി. യുവകോമളനും ബലിഷ്ഠകായനുമായ ആ യുവാവിനെ അമ്പെയ്ത് വീഴ്ത്താൻ അയാൾക്ക് മടിയായി. എന്നാൽ നാടുവാഴിത്തമ്പുരാന്റെ ആജ്ഞയനുസരിക്കാഞ്ഞാൽ ഉണ്ടാകുന്ന ഭവിഷ്യത്ത് ചിലപ്പോൾ കഠിനതരമാവും. മന്ദൻ മനമില്ലാമനസോടെ ചന്തുവനു നേരെ അമ്പെയ്തു. അവന്റെ വലതുവശത്തെ തുടയിൽ അമ്പു തറച്ചു.

വേദനകൊണ്ട് പുളയുന്ന ചന്തു അവിടെ നിന്ന് ഓടിചുരത്തിന് ചുവടെ ആലിൻ ചുവട്ടിലെത്തി. അപ്പോൾ പരിചാരികമാരോടൊപ്പം ആ വഴി കടന്നുവന്ന കുടർമാലകുങ്കി ചന്തുവിനെ കണ്ടു. കുങ്കി സഹതാപംപൂണ്ട് അവിടെനിന്നു. വഴിയിൽ അമ്പേറ്റ് പിടയുന്ന യുവാവിനെ സഹായിക്കാൻ അവൾ തീരുമാനിച്ചു. താൻ കടുത്ത തലവേദന, കുതിരമറപ്പൻ, മീൻപാച്ചിൽ എന്നീ രോഗങ്ങൾ ബാധിച്ച് ചുരത്തിനു ചുവടെ ഇരിക്കുകയാണ്. വീട്ടിലേക്ക് തിരിച്ചെത്താൻ ഉടനെ പല്ലക്ക് കൊടുത്തയക്കണം–

ഈ വിവരം കുടർമാല വീട്ടിൽ പോയി ആങ്ങിമാരെ അറിയിക്കാൻ കുങ്കി പരിചാരികമാരെ പറഞ്ഞുവിട്ടു.

വിവരമറിഞ്ഞ് കുങ്കിയുടെ സഹോദരൻ കണ്ണൻ ചുരത്തിനു ചുവടെ ആലിൻ ചുവട്ടിൽ പല്ലക്കുമായി പെട്ടെന്നു വന്നു. കാലിന് അമ്പേറ്റ് ചോരവാർന്നൊഴുകുന്ന ചന്തുവിനെ കണ്ടു. സഹോദരി യാഥാർത്ഥ്യം മറച്ചുവെച്ചതാണെന്ന് കണ്ണനു മനസിലായി. കുങ്കിക്ക് യാതൊരുവിധ രോഗബാധയുമുണ്ടായില്ലെന്ന് അറിഞ്ഞു.

ചന്തുവിനെ കുടർമാല വീട്ടിൽ കൊണ്ടുവന്ന് ചികിത്സിച്ച്

ഭേദമാക്കി. അതിനുശേഷം ചന്തു പിണറോട്ടിടം കൊട്ടാരത്തിലെത്തി നഷ്ടപ്പെട്ട സ്വത്തുക്കളെല്ലാം തിരിച്ചുപിടിച്ചു. അവ കുടർമാല വീട്ടിലേക്ക് കൊണ്ടുവന്നു.

നാട്ടുഭരണാധികാരി അന്യായമായി കൈവശപ്പെടുത്തിയ സ്വത്തുക്കൾ കാലമേറെ കഴിഞ്ഞാലും അത് വീണ്ടെടുക്കുന്നതിന് സ്വത്തുടമയുടെ പിൻഗാമികൾ തീവ്രശ്രമം നടത്തും. ഇവിടെ നാടുവാഴി പരാജയപ്പെടുകയാണുണ്ടായത്.

2

തിരുനെല്ലിക്കോട്ടയിൽ കുങ്കി

പകവീട്ടലിനോടൊപ്പം പാട് പിരിപ്പിച്ച് തിരിച്ചുവന്ന ഒരു യുവതിയുടെ കഥ വളരെ രസകരമാണ്. ധീരസാഹസികത നിറഞ്ഞതുമാണ്. തന്റെ സഹോദരൻ തിരുനെല്ലിക്കോട്ടയിൽ കണ്ണൻ പാലയിൽ നാട്ടിൽ പാട് പിരിക്കാൻ പോയപ്പോൾ കൊല്ലപ്പെട്ട വിവരമറിഞ്ഞ സഹോദരി കുങ്കി വേഷപ്രച്ഛന്നയായി ചെന്നാണ് കൃത്യം നിർവഹിച്ചത്.

പാലയിൽ നാട്ടിലെ നായന്മാർ വെള്ളുവക്കൂലോത്ത് തമ്പുരാന്റെ പക്കൽനിന്ന് നൂറുപൊന്നിന്റെ മാല വായ്പയായി വാങ്ങിക്കൊണ്ടുപോയിരുന്നു. പൊന്നോ, വായ്പയ്ക്കുള്ള പലിശയോ ഇതുവരെ തിരികെ ലഭിക്കാത്തതിനാൽ തമ്പുരാൻ അത് പിരിച്ചെടുക്കുന്നതിന് നടപടികളാരംഭിച്ചു. അതിനുവേണ്ടി തിരുനെല്ലിക്കോട്ടയിൽ കണ്ണനെ ഭരമേൽപ്പിച്ചു.

കണ്ണൻ വെള്ളവക്കൂലോത്ത് വന്നു തമ്പുരാനിൽനിന്ന് വായ്പക്കണക്കിന്റെ ഓലക്കെട്ട് വാങ്ങി പരിശോധിച്ചു. പാലയിൽ നാട്ടിലെ നായന്മാർ നൂറ് പൊന്നിന്റെ സ്വർണമാല വളരെക്കാലം മുമ്പ് വായ്പയായി വാങ്ങിക്കൊണ്ടു പോയതാണ്. ഇതുവരെയായി ആ വകയിൽ അവരടയ്ക്കേണ്ടുന്ന പലിശപോലും അടച്ചിട്ടില്ല. അതിന്റെ വാഗ്ദത്തപത്രമാണ് കണ്ണന്റെ കയ്യിലുള്ളത്.

തമ്പുരാന്റെ സന്നദ്ധഭടന്മാർ ആയുധപാണികളായ നായന്മാരാണ്. അവരുടെ അകമ്പടിയോടെ തിരുനെല്ലിക്കോട്ടയിൽ കണ്ണൻ പാലയിൽ നാട്ടിൽ പാട് പിരിക്കാൻ പോയി. അവിടെവെച്ച് കണ്ണൻ പാലക്കാരുമായി പൊയ്ത്ത് നടത്തി. അതിനിടയിൽ കണ്ണൻ കൊല്ലപ്പെട്ടു. തമ്പുരാൻ കുണ്ഠിതനായി. പലരേയും പാട് പിരിക്കാൻ പാലയിൽ നാട്ടിലെ നായന്മാരുടെ അടുത്തേക്ക് അയച്ചു. ഇതുവരെ ആർക്കും അതിനായില്ല.

അപ്പോഴാണ് ഈ ഉദ്ദേശ്യം നടപ്പിലാക്കാൻ പടച്ചട്ടയണിഞ്ഞ രണ്ട് യുവാക്കൾ രംഗത്ത് വരുന്നത്. കണ്ണന്റെ സഹോദരി കുങ്കിയും പരിചാരികയും ആൺവേഷം ചേകവന്റെ തൊപ്പിയും കുപ്പായവും–അണിഞ്ഞ് പാട് പിരിക്കാൻ പുറപ്പെട്ടു.

“പതിനെട്ടുറുമീന്റെ കൂട്ടത്തിന്നു
ഒന്നൊരുറുമി തിരിഞ്ഞുകണ്ടു
ഉറുമിപലിശതൊഴുതെടുത്തു”

യാത്രപുറപ്പെടുന്നതിനുമുമ്പ് യുവാക്കൾ അത്യാവശ്യമായ ആയുധങ്ങൾ സജ്ജമാക്കുന്നതിന്റെ വിവരണം.

തിരുനെല്ലിക്കോട്ടയിൽ കുങ്കനായി മാറിയ കുങ്കി തമ്പുരാന്റെ മുമ്പിൽ വന്ന് ആവശ്യമുണർത്തിച്ചു – പാലയിൽ നാട്ടിൽ പോയി പാട് പിരിക്കാം. പലരും പോയി തിരിച്ചുവന്നു, ചിലർ മരണം വരിച്ചു. എല്ലാം വ്യർഥമായി. എങ്കിലും ഇപ്പോൾ അതിന് തയാറായി വന്നവർക്ക് പ്രോത്സാഹനം നൽകാം. തമ്പുരാൻ സമ്മതിച്ചു.

കുങ്കനും സഹായിയും പാലയിൽ വന്നു വെള്ളുവക്കൂലോത്തെ തമ്പുരാനു കുടിശ്ശികയാക്കിയ പൊന്നു തിരികെ തരാൻ നായന്മാരോട് ആവശ്യപ്പെട്ടു.

“പടവിളിമൂന്നുവിളിച്ചു കുങ്കൻ
പാലയിലൊമ്പത് നായന്മാരും
പുലിപോലെ വന്നങ്ങ് ചാടുന്നല്ലൊ”

പൊയ്ത്തിനു തയാറായി കുങ്കൻ നായന്മാരെ അറിയിച്ചപ്പോൾ അവർ പുലികണക്കെ പെട്ടെന്ന് മുമ്പിൽ ചാടിവീണു.

കുങ്കനും സഹായിയും പാലയിലെ ഒമ്പത് നായന്മാരുമായി ഏറ്റു മുട്ടി. നായന്മാർ പരാജിതരായി.

വിജയശ്രീലാളിതരായ കുങ്കനും കൂട്ടാളിയും കിട്ടാനുള്ള പൊന്ന് കൈക്കലാക്കി അവിടെ നിന്ന് തിരിച്ചു. അതിനുശേഷം പാലയിൽ നാടിന്റെ അധിപനായി വെള്ളുവക്കൂലോത്ത് തമ്പു രാൻ വാഴിക്കപ്പെട്ടതിന്റെ സൂചകമായി ഒരു പതാക അവിടെ നാട്ടി കുങ്കനും സഹായിയും വെള്ളുവക്കൂലോത്തേക്ക് തിരിച്ചുപോ ന്നു.

പാട് പിരിപ്പിച്ച് തിരിച്ചെത്തിയ കുങ്കനെ വെള്ളുവക്കൂലോത്ത് തമ്പുരാൻ അകമഴിഞ്ഞ് അഭിനന്ദിച്ചു. മറ്റുപലർക്കും കഴിയാത്ത ഒരസാധാരണ കൃത്യം നിർവഹിച്ച് തിരിച്ചെത്തിയിരിക്കുകയാ ണയാൾ. കുങ്കനു വിശിഷ്ടമായ ഒരു ബഹുമതി നൽകാനാണ് അദ്ദേഹം തീരുമാനിച്ചത് – തമ്പുരാൻ പല്ലക്കിൽ യാത്ര ചെയ്യുന്ന വേളയിൽ മുന്നിലെ വഴിയിൽ നിയമപാലനത്തിന് നേതൃത്വം നൽകുന്ന പദവിയാണത്. ഒരു മുന്തിയ സുരക്ഷാഭടൻ.

പിന്നീട് തമ്പുരാന്റെ ശിങ്കിടികൾക്ക് ഒരു സന്ദേഹം –പാട് പിരിപ്പിച്ചു വന്നയാൾ യഥാർഥത്തിൽ പുരുഷൻ തന്നെയോ എന്ന്. സംശയനിവൃത്തി വരുത്തുമ്പോൾ പല ഉപായങ്ങളും പരീ ക്ഷിച്ചുനോക്കാമെന്ന് അവർ തമ്പുരാനെ രഹസ്യമായി ധരിപ്പി ച്ചു. വീട്ടുപാത്രങ്ങൾ വിൽക്കുന്ന വായന്നൂരങ്ങാടിയിലെത്തിയാ ലും, കുളിക്കാൻ കുളിക്കടവിൽ പോകുന്ന അവസരത്തിലും ശ്രദ്ധിച്ചുനോക്കിയാൽ തിരിച്ചറിയാൻ കഴിയുമെന്ന് നായന്മാർ.

> "കുങ്കനൊരു പെൺമുഖചരായേണ്ടോളീ
> കുങ്കനൊരുകുങ്കനതല്ലെയോളി
> ആൺപിടിച്ചോറായിവാരും കുങ്കൻ
> പെൺപിടിച്ചോറായതുണ്ണും കുങ്കൻ
> എങ്ങനെയീകുങ്കനെത്തിരിക്കേണ്ടത്?

നാം കുങ്കനെന്നു കരുതുന്നയാളുടെ മുഖത്ത് സ്ത്രീഭാവ മാണ് ദർശിക്കാൻ കഴിയുക. കുങ്കൻ യഥാർഥത്തിൽ കുങ്കനായി

രിക്കുകയില്ല അങ്ങുന്നേ. ഭക്ഷണം കഴിക്കുമ്പോൾ പുരുഷന്മാർ വാരിയെടുക്കുമ്പോലെയാണ് ചെയ്യുന്നത്. എന്നാൽ സ്ത്രീ ഊണുകഴിക്കുന്ന മട്ടിലാണ് കാണുന്നത്. ഈ കുങ്കനെ നമുക്ക് എങ്ങനെയെങ്കിലും തിരിച്ചറിയണമല്ലൊ.

–നായന്മാർ ശങ്കാപൂർവം ആവർത്തിച്ചു.

ഒരുനാൾ തമ്പുരാന്റെ പല്ലക്ക് യാത്ര, നിയമപാലനത്തിന് നേതൃത്വം നൽകിക്കൊണ്ട് സുരക്ഷാഭടൻ കുങ്കൻ മുന്നിൽ നടന്നുനീങ്ങി. കല്ലുറുഞ്ഞിക്കടവിലെത്തിയപ്പോൾ ഒന്നുകുളിച്ച് കയറാമെന്ന് നായന്മാർ അഭിപ്രായപ്പെട്ടു. പക്ഷേ കുങ്കൻ അപ്പോൾ കുളിക്കാതെ ഒഴിഞ്ഞുമാറി. തനിക്ക് കിട്ടിയ എണ്ണപ്പാത്രത്തിൽ എട്ടുകാലിയുടെ ജഡം കണ്ടുവെന്ന് വെറുതെ കള്ളം പറഞ്ഞ് എണ്ണപുറത്തേക്ക് ഒഴുക്കിക്കളഞ്ഞു.

മറ്റൊരുദിവസം തമ്പുരാൻ വായന്നൂരങ്ങാടിയിലൂടെ പല്ലക്കുയാത്ര നടത്തി.

“വായന്നൂരങ്ങാടീലെത്തിയേരെ
നല്ലമുറവും കലവും കണ്ടേരെ
കണ്ടപാറാക്കിയതില്ലകുങ്കൻ
ചെട്ടിന്റെ പീടികേൽപ്പാഞ്ഞുകേറി
വാളിനുറയും കൈപ്പിടിയും വാങ്ങി”

അങ്ങാടിയിലെ വീട്ടുസാധനങ്ങൾ വിൽക്കുന്ന കടയ്ക്കടുത്തെത്തിയപ്പോൾ കുങ്കനത് കണ്ട ഭാവം നടിച്ചില്ല. തൊട്ടടുത്ത ചെട്ടിയുടെ പീടികയിൽ കയറി വാളിന്റെ ഉറയും കൈപ്പിടിയും വാങ്ങാനാണ് താൽപ്പര്യം കാട്ടിയത്.

കടയിൽ വിൽപ്പനയ്ക്ക് വെച്ച നല്ലമുറവും മൺകലവും തെരഞ്ഞെടുക്കാൻ തമ്പുരാൻ ആവശ്യപ്പെട്ടപ്പോൾ കുങ്കന്റെ മറുപടി ഇങ്ങനെ–

“വെള്ളവക്കൂലോത്ത് തമ്പുരാനെ
അടിയൻ പലരാജ്യം തെണ്ടക്കാരൻ
അടിയനുകേട്ടാൽ കുറവതുണ്ടു

കൂലോത്ത് പെണ്ണുങ്ങളില്ലെങ്കില്
തമ്പുരാൻ നോക്കി എടുത്തോളുണ്ട്
പല്ലക്കിൽ വെച്ചിട്ടെടുപ്പിച്ചോളിൻ"

കുങ്കന്റെ ധിക്കാരവാക്കുകൾ. അത്തരം വാക്കുകൾ അപ്രതീക്ഷിതമായിരുന്നു. മൺപാത്രവും മുറവുമൊക്കെ കോവിലകത്തമ്മമാർ എടുത്തുകൊണ്ട് പോകേണ്ടതാണ്. അങ്ങനെയവിടെ സ്ത്രീകൾ ഇല്ലെങ്കിൽ തമ്പുരാൻ സ്വയം തിരഞ്ഞെടുത്ത് യാത്രചെയ്യുന്ന പല്ലക്കിൽ വെച്ചുകൊണ്ട് പോയ്ക്കോളൂ. തന്നെ അവഹേളിക്കും മട്ടിലുള്ള സംസാരം കേട്ട തമ്പുരാൻ അപ്പോൾ മൗനിയായി.

സ്വസഹോദരന്റെ ജീവൻ നശിപ്പിച്ച നാടുവാഴിയോട് പകരംവീട്ടാനാണ് കുങ്കിയും പരിചാരികയും പുരുഷവേഷത്തിൽ പുറപ്പെട്ടത്. എന്തെങ്കിലും പാരിതോഷികങ്ങളോ സ്ഥാനമാനങ്ങളോ പ്രതീക്ഷിച്ചിട്ടുണ്ടായിരുന്നില്ല.

തന്ത്രപരമായ നീക്കങ്ങൾ നടത്തി വിജയം വരിച്ച ഒരു വനിതയുടെ ധീരസാഹസിക കൃത്യങ്ങൾ തന്മയത്വത്തോടെ വിവരിക്കുന്ന വടക്കൻ പാട്ടാണിത്.

3

തച്ചോളി ഒതേനൻ

വടക്കൻ പാട്ടുകളിൽ നിറഞ്ഞുനിൽക്കുന്ന ഏകകഥാപാത്രം തച്ചോളി ഒതേനനാണ്. അയാളുടെ വീരശൂരപരാക്രമങ്ങൾ പല പാട്ടുകളിലും വിവരിക്കുന്നുണ്ട്. വീരാരാധനയിൽ തൽപ്പരരായ കേരളീയരുടെ ഇഷ്ടകഥാനായകനാണ് ഒതേനൻ.

ജനനം

കോഴിക്കോട് ജില്ലയിലെ വടകര താലൂക്കിൽ തച്ചോളി മാണിക്കോത്ത് എന്ന ഒരു പഴയ നായർ തറവാട്ടിലാണ് ഒതേനന്റെ ജനനം. പുതുപ്പണത്ത് വാഴുന്നവർ പിതാവും തച്ചോളി മാണിക്കോത്ത് (മേപ്പയിൽ) ഉപ്പാട്ടി മാതാവും ആണ്. ഒതേനനു കോമപ്പൻ എന്ന മൂത്തസഹോദരനും ഉണിച്ചിരുത എന്ന ഇളയ സഹോദരിയും ഉണ്ടായിരുന്നു. എ ഡി 1584 ാം വർഷത്തിലാണ് ഒതേനൻ ഭൂജാതനായത്. സംഭവബഹുലമായ ആ ജീവിതത്തിന് മുപ്പത്തിരണ്ടാം വയസിൽ തിരശീലവീണു.

കഴിവുകൾ

മികച്ചകായികാഭ്യാസിയും കളരിപ്പയറ്റ് വിദഗ്ധനും, പേരു

കേട്ട പോരാളിയുമായിരുന്നു ഒതേനൻ. അയാളുടെ സാഹസിക പൂർണമായ ജീവിതത്തിലെ ഏടുകളാണ് പലവടക്കൻ പാട്ടുകൾക്കും ആധാരമായുള്ളത്. ഒതേനൻ തന്റെ അസാധാരണമായ കായികശേഷി പ്രകടിപ്പിച്ച സംഭവപരമ്പരകൾ വിവരിച്ചിട്ടുള്ള പാട്ടുകളാണേറെയും.

വടക്കൻ പാട്ടുകളെ തച്ചോളിപ്പാട്ടെന്നും പുത്തൂരം പാട്ടെന്നും രണ്ടായിട്ടാണ് വേർതിരിച്ചിരിക്കുന്നത്. ഇതിൽ തച്ചോളിപ്പാട്ടുകളിൽ ഭൂരിഭാഗവും പതിനാറാം നൂറ്റാണ്ടിലെ വീരനായകനായ തച്ചോളിമേപ്പയിൽ കുഞ്ഞി ഒതേനൻ എന്ന നായർ ഭടനെ പുരസ്കരിച്ച് തന്നെയാണ്. ഇതിൽനിന്ന് ഒതേനന്റെ പ്രാമുഖ്യം വെളിവാകുന്നുണ്ട്.

സമൂഹത്തിന്റെ താഴെ തട്ടിലുള്ളവരുടെ സംരക്ഷണത്തിനു വേണ്ടി നാടുവാഴിത്തമ്പുരാക്കന്മാരോട് പോരാടാൻ ഒതേനൻ മുന്നിൽതന്നെയായിരുന്നു. ഒരു ജനകീയ നേതാവിന്റെ പരിവേഷം സിദ്ധിച്ചയാളായിരുന്നു ഒതേനൻ. ആ ജന്മിത്തകാലഘട്ടത്തിൽ സാമാന്യജനതയ്ക്ക് താങ്ങുംതണലുമായി വർത്തിക്കുന്നതിന് ഒതേനന് ഒട്ടും മടിയുണ്ടായിരുന്നില്ല.

നാട് മുഴുക്കെ പ്രശസ്തിയുള്ള പടനായകനാണ് ഒതേനനെന്ന് പാട്ടുകളിൽ സൂചിപ്പിക്കുന്ന ഭാഗം –

"കടത്തുവൈനാട്പടനായര്
പതിനെട്ട് നാട്ടിലും കേളിയുള്ള
തച്ചോളിയൊതേനക്കുറുപ്പാകുന്നു"

ഒതേനനെ അയാളുടെ ആത്മസുഹൃത്ത് കണ്ടാച്ചേരി ചാപ്പൻ അന്യർക്ക് പരിചയപ്പെടുത്തുന്നത് അങ്ങനെയാണ്.

കളരിവിദ്യകൾ അരങ്ങേറുന്ന വേളയിൽ വാൾ, ഉറുമി എന്നീ പഴയകാല ആയുധങ്ങളാണ് ഉപയോഗിക്കാറ്. ഒതേനൻ അഭ്യാസത്തിന് ഉപയോഗിച്ചുകൊണ്ടിരുന്നതും അത്തരം ആയുധംതന്നെ. എന്നാൽ പിൽക്കാലത്തെ തോക്ക് കൊണ്ടുള്ള വെടിയേ

റ്റാണ് ഒതേനന് അന്ത്യം സംഭവിച്ചത്. ഇടയിൽ മതിലൂർ ഗുരുക്കളുടെ തോക്കിനെ അയാൾ പരിഹസിച്ച സംഭവമുണ്ടായി.

വിദേശികൾക്കെതിരെ

സ്വാതന്ത്ര്യത്തിനുമുമ്പ് ബ്രിട്ടീഷുകാർ തലശേരിയിൽ വന്നപ്പോൾ ഒതേനൻ അവരുടെ നേരെ ചെറുത്തുനിൽപ്പ് നടത്തിയെന്ന് ഒരു പാട്ടിൽ വിസ്തരിക്കുന്നു:

"ആദിതലശേരിതന്നെയാണു
മോതിരം പോലെ വളഞ്ഞനാട്
പൊന്നുവിളയും സ്ഥലങ്ങളുണ്ട്
പിന്നെയും വെള്ളി വിളഞ്ഞിട്ടുണ്ട്
കൊറ്റിനുമുട്ടത് ആർക്കുമില്ല
അങ്ങനെയുള്ളൊരുനാട്ടിലാണു
വെള്ളക്കാർതന്നെയും വന്നോണ്ടത്."

കണ്ണൂർ ജില്ലയിലെ തലശ്ശേരി. മോതിരവട്ടത്തിലുള്ള പഴയ കാലപ്രദേശം. സമ്പൽസമൃദ്ധിയുടെ നാടാണതെന്ന് പ്രകീർത്തിക്കുകയാണ് പാട്ടുകെട്ടുകാരൻ. അവിടെ എല്ലാവർക്കും ഭക്ഷണം ലഭ്യമാണെന്നും പറയുന്നു. തലശ്ശേരിയിൽ ഒരു നാൾ വെള്ളക്കാർ വന്നിറങ്ങിയത്രെ. തങ്ങളെ എതിരിടാൻ ആരുമില്ലെന്ന് നിനച്ച് പല വേണ്ടാതനങ്ങളും കാട്ടാനൊരുങ്ങി വന്നതാണവർ. തോക്കും കുന്തവുമേന്തിയ വെള്ളക്കാരുടെ സംഘം തലശ്ശേരിയിൽനിന്ന് ഒതേനന്റെ വടകരയിലെ സ്വഗൃഹമായ മാണിക്കോത്ത് വീട്ടിനടുത്തുചെന്നു. കാൽസറായിയും തൊപ്പിയും കുപ്പായവുമിട്ട് തോക്കുധാരികളായി പട്ടാളച്ചിട്ടയിൽ മുന്നോട്ടു നീങ്ങിയ വെള്ളക്കാരെക്കണ്ട് നാട്ടുകാർ സംഭ്രമചിത്തരായി.

വിവരമറിഞ്ഞ് ഒതേനൻ മേപ്പയിലെത്തി, വെള്ളക്കാരുടെ ചലനങ്ങൾ വീക്ഷിച്ചു. അന്യായങ്ങൾ കണ്ടാൽ വിട്ടുവീഴ്ചയില്ലാതെ അത് അടിച്ചമർത്തുന്ന ശീലമാണ് അയാളുടേത്. ഗ്രാമത്തിലെ

ഒരു സാധുകർഷകന്റെ വീട് തുറക്കാനാവശ്യപ്പെട്ട വെള്ളക്കാരോട് ഒതേനൻ കയർത്തുപറഞ്ഞു–

“ഒന്നുണ്ട് കേൾക്കണം വെള്ളക്കാരെ
ആരാന്റെ വീട് തുറപ്പിക്കാനായ്
എന്തൊരധികാരം നിങ്ങൾക്കുണ്ട്
നിങ്ങള്തന്നെപറഞ്ഞോണ്ടാല്
വാതിലതൊട്ടും തുറക്കയില്ല.”

അയാളുടെ ഭീഷണിസ്വരത്തിലുള്ള വാക്കുകൾ ശ്രവിച്ച് തെല്ലും കൂസാതെ മുന്നോട്ടു നീങ്ങിയ വിദേശികൾ ഒതേനന്റെ കരുത്ത് മനസിലാക്കിയശേഷം പിൻവാങ്ങി സ്ഥലംവിട്ടു എന്നു പാട്ടുകഥ.

വെള്ളക്കാർക്ക് മുന്നിൽ തോൽവി

മറ്റൊരവസരത്തിൽ ഒതേനൻ വെള്ളക്കാരുടെ മുമ്പിൽ തോൽവി സമ്മതിച്ചുകൊടുത്തിട്ടുണ്ട്. ഒതേനനും ചാപ്പനും ഒതേനന്റെ പത്നിയുടെ മാതുലനും കൂടി ഒരുനാൾ നടന്നുനീങ്ങുമ്പോൾ ഒരുസംഘം നായന്മാർ ചേർന്ന് ഒതേനനെ കളിയാക്കി. അയാളുടെ കഴിവുകൾ ഉയർത്തിക്കാട്ടിയതിനുശേഷമാണ് അങ്ങനെ ചെയ്തത്.

“തച്ചോളി നല്ലോമനകുഞ്ഞ്യോതേനൻ
ഏറിയപയറ്റും പടിച്ചൊതേനൻ
ഏറിയതട്ടും പിടിച്ചൊതേനൻ
വാളുംവലിയും പടിച്ചൊതേനൻ
ഏരിയതൊക്കെ പടിച്ചോണ്ടിറ്റും
വെള്ളക്കാറോടോനോ തോറ്റുപോയി
എന്തിനാ ഓനങ്ങ് ജീവിക്കുന്നെ”

വൻ പയറ്റുവീരനാണല്ലോ ഒതേനൻ. കളരിപ്പയറ്റിലെ അഭ്യാസമുറകളായ നിരവധി തട്ടും വാളും വലിയും എല്ലാം പഠിച്ച

വിരുതനാണ്. ഉറുമിപ്പയറ്റു ശീലിച്ചയാൾ കൂടിയാണ്. ഇങ്ങനെ സകലകലാവല്ലഭനെന്നു പേരുകേട്ട ഒതേനനു വെള്ളക്കാരോട് അടിയറവ് പറയേണ്ടിവന്നു. ഇനിയെന്തിനാണിയാൾ ജീവിക്കുന്നത്.

നായന്മാർ പറഞ്ഞതിന്റെ സാരം അതാണ്. തുടർന്നുള്ള വെള്ളക്കാരെ പ്രകീർത്തിക്കുന്ന വാഗ്ധോരണിയായിരുന്നു ഒതേനനെ അവഹേളിച്ച നായന്മാരിൽ നിന്നുകേട്ടത്.

വെള്ളക്കാരേക്കാൾ മികവുള്ളവർ ഈ നാട്ടിൽ ആരുണ്ട്? അവരിവിടെ വന്നത് ഈ നാട് പിടിച്ചടക്കാനാണ്. അവർ തമ്പുരാന്റെ കോവിലകത്തും പോയി. എവിടെ പോകാനും അവർക്ക് ആരുടെയും അനുവാദം ആവശ്യമില്ല. വെള്ളക്കാരെ കണ്ടപ്പോൾ തമ്പുരാൻ ഞെട്ടിപ്പോയി.

പിന്നീട് യാഥാർത്ഥ്യം ഗ്രഹിച്ച ഒതേനന്റെ പ്രതികരണം–

“പിലാത്തീന്നുവന്നുള്ള വെള്ളക്കാറ്
നാട് പിടിക്കാനായ് വന്നിനോറ്
അറക്കലും ചിറക്കലും പോയിനോറ്
കോട്ടയകത്തും പോയിനോറ്
കോട്ടയകത്ത് പോയോണ്ടീറ്റ്
കോട്ടയകവും പിടിക്കും ഓറ്.”

വെള്ളക്കാർ പിടിച്ചടക്കാൻ ലക്ഷ്യം വെച്ചസ്ഥലങ്ങൾ ഏതൊക്കെയെന്ന് ഒതേനൻ തിരിച്ചറിഞ്ഞു.

മെയ്ക്കരുത്ത്

അതിശയോക്തിപരമെങ്കിലും ഹനുമാന്റെ ബാഹുബലത്തെ അനുസ്മരിപ്പിക്കുന്നതാണ് ഒതേനന്റെ ധീരസാഹസികത നിറഞ്ഞ ജീവിതമെന്ന് ഒരു പാട്ടിൽ വ്യക്തമാക്കിയിട്ടുണ്ട്. അക്കാലത്ത് കടത്തനാട്ട് രാജാവിന്റെ രക്ഷകസംഘത്തെകണ്ട് ഭയന്ന് ഒതേനൻ ഒരു കിണർ ചാടിക്കടന്ന സംഭവം–

വഴിമധ്യത്തിലുള്ള ഒരു വലിയകിണർ അയാൾ കടന്നുചാടി രക്ഷപ്പെട്ടു. രാജകിങ്കരന്മാർ ആയുധധാരികളും അക്രമികളുമായിരുന്നു. വെറും കയ്യോടെയല്ല ഒതേനന്റെ എടുത്തുചാട്ടം. വഴിയിൽ തടസമായിക്കിടന്ന കല്ലുകൊണ്ട് നിർമിച്ച കൂറ്റൻ സ്തൂപം ബലം പ്രയോഗിച്ച് പറിച്ചെടുത്ത് ഒരുകയ്യിൽ പിടിച്ചു, മറുകയ്യിൽ വേരോടെ പിഴുതെടുത്ത ഒരു പ്ലാവ്മരവും.

റോബിൻഹുഡ്

വടക്കൻ പാട്ടുകൾ തേടിപ്പിടിക്കാൻ താൽപ്പര്യംകാട്ടിയ വിദേശിയായ വില്യം ലോഗന്റെ വിശേഷണം അർഥവത്താണ്. വടക്കെ മലബാറിലെ 'റോബിൻഹുഡ്' ആണ് തച്ചോളി ഒതേനൻ എന്നു ലോഗൻ സായ്പ് അഭിപ്രായപ്പെടുകയുണ്ടായി. സമ്പന്നരിൽ നിന്ന് ബലം പ്രയോഗിച്ച് കൈക്കലാക്കിയ പണം സാധുജനങ്ങൾക്ക് വിതരണംചെയ്ത് അവരെ സഹായിക്കുകയാണ് യൂറോപ്പിൽ റോബിൻഹുഡ് ചെയ്തത്. എന്നാൽ ഒതേനൻ അത്തരം ധനസഹായമൊന്നും വിതരണം ചെയ്തിട്ടില്ല. സമൂഹത്തിലെ ദുർബലവിഭാഗങ്ങളുടെ പക്ഷംചേർന്ന് വമ്പന്മാരെ തറപറ്റിക്കാൻ തന്റെ മെയ്ക്കരുത്ത് പ്രയോഗിക്കുകയാണ് അയാൾ ചെയ്തിട്ടുള്ളത്. ശാരീരികശേഷിയോടൊപ്പം ആയുധധാരികളും അഭ്യാസപടുക്കളുമായ അനുചരവൃന്ദം കൂട്ടിനായുണ്ടായിരുന്ന ഒതേനനു റോബിൻഹുഡിനോട് സാമ്യത കൽപ്പിക്കാവുന്നതാണ്. നിനച്ചതെല്ലാം നടന്നുകാണണമെന്ന് നിശ്ചയിച്ചുകൊണ്ടുള്ള നീക്കങ്ങളാണ് ഒതേനൻ നടത്തിയത്.

പൊന്നിയത്തെ അന്ത്യം

മതിലൂർ ഗുരുക്കളുമായി ഏറ്റുമുട്ടുകയെന്ന ചിന്ത ആദ്യം ഒതേനനിൽ അങ്കുരിച്ചത് സഗൗരവമായിരുന്നില്ല. ഗുരുക്കൾ തന്റെ തോക്ക് ഒരു പ്ലാവ് മരത്തിന്റെ തടിയിൽ ചാരിവെച്ചത് കണ്ട ഒതേനൻ അതെടുത്ത് 'മയിലിനെ വെടിവെക്കാൻ കൊള്ളുന്ന തോക്കാ

ണിത്' എന്ന് തമാശയായി പറഞ്ഞു. അത് കേട്ട മതിലൂർ ഗുരുക്കൾ അടിമുടിവിറച്ചു.

“മയിലുവെടിവെക്കാൻ വന്നൊാതേനാ,
നിനക്കു കൊതിയേറെയുണ്ടെന്നാലോ
മയിലായി ഞാനാടിവന്നോളാലോ
പൂവനെങ്കിൽ കൂവിത്തെളിയും ഞാനേ
പിടയെങ്കിൽ വാലാട്ടിപ്പോവുമല്ലൊ”

ഗുരുക്കൾ ഒതേനനെ വെല്ലുവിളിക്കുകയാണ് ചെയ്തത്. തനിക്ക് മയിലിനെ വെടിവെക്കണമെങ്കിൽ ഞാൻ മയിലായി വന്നോളാമെന്ന് പറഞ്ഞത് അത്തരത്തിലുള്ള അർഥം വെച്ച്തന്നെയാണ്.

“പൊൻകുന്തം ചാരും പിലാവോടിപ്പോൾ
മംകുന്തംചാരിയതാരാകുന്നു”

അമൂല്യമായ സാധനങ്ങൾ കൊണ്ടുവെക്കേണ്ടിടത്ത് നിസ്സാരമായ ഒന്നുചാരിവെച്ചതാരാണെന്ന് കളിവാക്കാണുണ്ടായത്. ഗുരുക്കളുടെ മുഖത്ത് നോക്കി അത്തരം വാക്കുകൾ ആരും തന്നെ ഇതിനുമുമ്പ് ഉരിയാടിയിട്ടില്ല.

അതിനു പ്രത്യുത്തരമായി മതിലൂർ ഗുരുക്കൾ അർഥംവെച്ച്, ഭവ്യതഭാവിച്ച് പറഞ്ഞതിങ്ങനെ–

“തച്ചോളിഓമനകുഞ്ഞിഒതേനാ
അറിയാതെടംകൊണ്ട് ചാരിപ്പോയി
അറിഞ്ഞേടംകൊണ്ടിണ്ടെടുത്തോളാമേ”

തന്റെ ആയുധം എവിടെയൊക്കെ കൊണ്ടുവെക്കാമെന്ന് അറിയായ്കയാലാണ് അങ്ങനെ ചെയ്തുപോയതെന്നും അപരാധം ബോധ്യപ്പെട്ടത് കൊണ്ട് അത് മാറ്റിവെച്ചുകൊള്ളാമെന്നും ഗുരുക്കൾ പ്രതികരിച്ചു.

“നമ്മളിൽ പോരുന്നതും പോരാത്തതും പൊന്നിയത്തരയാക്കൂന്നാട്ടെ ഒതേനാ” അപ്പോഴാണ് ഗുരുക്കൾ ഒതേനനെ അങ്കംവെട്ടിനു ക്ഷണിച്ചത്.

മതിലൂർ ഗുരുക്കളുമായുള്ള അങ്കത്തിനൊടുവിലാണ് ഒതേനന്റെ ജീവിതാന്ത്യം സംഭവിക്കുന്നത്. അങ്കംവെട്ട് നടന്ന പൊന്നിയത്തങ്കക്കളരി തലശ്ശേരി താലൂക്കിലെ കതിരൂർ ഗ്രാമപഞ്ചായത്തിൽപെട്ട പൊന്നിയം പാലത്തിനടുത്ത വയലിലാണ്. പേരുകേട്ട പടനടന്ന പൊന്നിയം ഇന്നും ഹരിതാഭമായ ഗ്രാമപ്രദേശമാണ്. തലശേരി കുടക് റോഡിൽ അഞ്ചാം മൈൽ എന്ന സ്ഥലത്തുനിന്ന് കിഴക്കോട്ടുതിരിഞ്ഞ് പാനൂർ–ചെറ്റക്കണ്ടി റോഡരികിൽ പൊന്നിയം പാലത്തിനടുത്ത വയലേലകളിലാണീ പടനിലം (ഏഴരക്കണ്ടം എന്ന വയലേലകൾ).

പൊന്നിയം പട വടക്കൻപാട്ടുകളിൽ പ്രാമുഖ്യം നേടിയ ഒന്നാണ്. പൊന്നിയം പടയിൽ ജയിച്ചു മടങ്ങുമ്പോഴാണ് പടനിലത്ത് ആയുധംവെച്ചു മറന്നുപോയ കാര്യം ഒതേനനു ഓർമവന്നത്. ഒപ്പം പോയ പലരും അയാൾ പടക്കളത്തിലേക്ക് തിരിച്ചു പോകുന്നത് വിലക്കി–

"പടജയിച്ചിട്ടുള്ളവരാരും പിന്നെ
പടക്കളത്തിലൊട്ടും നിൽക്കരുത്"

കേമനായ പടനായർ പടയ്ക്ക് വന്നു തന്റെ ആയുധം അങ്കത്തട്ടിലിട്ടേച്ച് പോയെന്നു ജനം പറഞ്ഞു പരിഹസിക്കയില്ലേയെന്ന മറുചോദ്യമാണ് അപ്പോൾ ഒതേനൻ ഉപദേശകർക്ക് നേരെ ഉയർത്തിയത്.

അതിനു മുമ്പൊരിക്കലും മതിലൂർ ഗുരുക്കൾ ഒതേനനുമായി ഏറ്റുമുട്ടിയിട്ടില്ല. അങ്കങ്ങളിലൊന്നും അയാൾ അതുവരെ പരാജയം അറിഞ്ഞിട്ടുമില്ല. പൊന്നിയത്തെ അങ്കക്കളരിക്കടുത്ത അരയാൽത്തറയ്ക്ക് താഴെ ആദ്യം എത്തിയത് ഗുരുക്കളും സംഘവും. പിന്നാലെ ഒതേനനും കൂട്ടകാരും വന്നെത്തി. ഗുരുക്കൾക്ക് അപ്പോൾ അൽപ്പം ഉൾഭയമുണ്ടായി. നാട്ടിലെ പടമൂപ്പനായി അറിയപ്പെടുന്ന തന്നെ ഈ ചെറുക്കൻ അടിയറവ് പറയിച്ചെങ്കിൽ – നാണക്കേടാവുകയില്ലേ. അയാൾ ആശങ്കപ്പെട്ടു.

പൊന്നിയങ്കത്തിൽ മതിലൂർ ഗുരുക്കൾ പരാജിതനായി. വിജയശ്രീലാളിതനായി കൂട്ടുകാരോടൊപ്പം തിരിച്ചുപോയ ഒതേനനെ ഇനിയൊരങ്കത്തിൽ കീഴ്പ്പെടുത്താം എന്നു തീരുമാനിച്ചിരിക്കുമ്പോഴാണ് ഗുരുക്കൾക്ക് ഒരവസരം കൈവന്നത്. അങ്കക്കളത്തിൽ മറന്ന ആയുധം എടുത്തുകൊണ്ടുപോകുന്നതിനുവേണ്ടിയുള്ള ഒതേനന്റെ തിരിച്ചുവരവ്.

"പൊന്നിയത്തേഴരക്കണ്ടത്തിന്റെ
വലിയവരമ്പിന്റെ മുകളിലെത്തി
മടിയായുധംചെന്നെടുക്കുന്നേരം
മതിലൂർ ഗുരുക്കളെ ശിഷ്യനായി
ചുണ്ടങ്ങാപ്പൊയിൽമായൻകുട്ടി
വരമ്പ തുളച്ച്പതിയിരുന്നു
കുറിമാനം ചേർത്ത്വെച്ച്വെടി."

അങ്കം നടന്ന 'ഏഴരക്കണ്ടം' വയലിൽവച്ച് മതിലൂർ ഗുരുക്കളുടെ ശിഷ്യനായ മായൻകുട്ടി ഒതേനനെ ചതിപ്രയോഗത്തിൽ വെടിവെച്ചുകൊന്നു. പോരാട്ടങ്ങളിൽ ഒരിക്കലും പരാജയമറിയാത്തയാളാണ് ഒതേനൻ. പൊന്നിയത്തുവെച്ചും അതുപോലെ തന്നെ സംഭവിച്ചു. എന്നാൽ പിന്നീടുണ്ടായ ദുരന്തം! 'വെടിവച്ചാൽ കൊള്ളാത്ത ഉറുക്കും നൂലും' കൈവശമില്ലാതിരുന്നതിനാലാണെന്ന് പാട്ടുകളിൽ വ്യക്തമാക്കിയിരിക്കുന്നു. വിശ്വാസത്തിന്റെ പേരിൽ യുക്തിസഹമല്ലാത്ത ഒരു നിഗമനമായിരിക്കാമത്.

വെടിയേറ്റതിനുശേഷം ഒതേനൻ ഒപ്പമുണ്ടായിരുന്ന ജ്യേഷ്ഠൻ കോമക്കുറുപ്പിനോടും കൂട്ടരോടും പറഞ്ഞു:

"പൊന്നിയത്തെ പോർ നിലത്തുവെച്ച് ആരും കരയരുത്. നാം മറ്റുള്ളവരുടെ മുമ്പിൽ ധീരതകാട്ടണം. ജനനവും മരണവും ജീവിതത്തിന്റെ രണ്ടുവശങ്ങളാണ്."

പൊന്നിയം പടയ്ക്ക് എത്തിയ ഒതേനനും സംഘവും കട

ത്തനാട്ട് നിന്നു നേരെ കാൽനടയായാണുവന്നത്. ഉദ്ദേശം നാൽപ്പത് കിലോമീറ്റർ ദൂരമെങ്കിലും താണ്ടിയിട്ടുവേണം അവർക്ക് പൊന്നിയത്തെത്താൻ. പടകഴിഞ്ഞ് തിരിച്ചുപോകുന്നതും ഇതേവഴിയിൽ കൂടിത്തന്നെ.

പടയൊരുക്കം

സുസജ്ജമായ സംവിധാനങ്ങളോടെയാണ് ഒതേനന്റെ പടപ്പുറപ്പാട്. പ്രസിദ്ധമായ പൊന്നിയംപട വടക്കൻ പാട്ടുകളിൽ ആവേശദായകമായ ഒന്നാണ്.

അങ്കത്തിന്നിറങ്ങുന്നതിനുമുമ്പ് ഒതേനൻ ആവശ്യമായ എല്ലാ ഒരുക്കങ്ങളും നടത്തിയിരുന്നു. താൻ ഗുരുതുല്യം കണക്കാക്കുന്ന ജ്യേഷ്ഠസഹോദരൻ കോമക്കുറുപ്പിന്റെ സഹായത്തോടെ കച്ചമുറുക്കി കരുത്ത് നേടിയ ഭാഗം പാട്ടുകളിലുണ്ട്. കച്ചയുടെ ഒരറ്റം മരത്തടിയിലും മറ്റേയറ്റം തന്റെ അരയിലും കെട്ടുകയാണ് ചെയ്യുക. ഒരിക്കൽ കച്ചമുറുക്കിയപ്പോൾ അതിന്റെ ഒരറ്റം കെട്ടിയ മരത്തിലെ ഇലകൾ പൊഴിയുകയും പിന്നീട് മരത്തിന്റെ കൊമ്പുകൾ പൊട്ടിത്തകർത്ത് വീഴുകയും ചെയ്കയുണ്ടായത്രെ. ഈ ദൃശ്യം നോക്കിനിന്നവർ അത്ഭുതസ്തിമിതരായെന്ന് പാട്ടുകളിൽ വിവരിക്കുന്നു. ഒതേനന്റെ കായബലത്തിന്റെ പാരമ്യം പ്രകടമാക്കുന്ന സംഭവമാണിത്.

മല്ലന്മാരോടേറ്റുമുട്ടുന്നതിനാണ് ഒതേനന് എന്നും താൽപ്പര്യം. മാടമ്പിമാർ അവരുടെ കൃഷിസ്ഥലങ്ങളിൽ പണിയാളരോട് അതിക്രമങ്ങൾ കാട്ടുന്ന സ്ഥിതിയായിരുന്നു. അത്തരം നീതിനിഷേധത്തിനെതിരെ അൽപ്പമെങ്കിലും എതിർക്കാനുള്ള ആർജവം ഒതേനന് ഉണ്ടായത് ശ്രദ്ധേയമാണ്.

പൊന്നിയത്തങ്കത്തിന് സഹായികളായി ഒതേനന് ആളേറെ വേണം. ഏതൊക്കെ പ്രമുഖന്മാരെ ക്ഷണിച്ചുവരുത്തണമെന്ന് ജ്യേഷ്ഠസഹോദരൻ ഒതേനനു നിർദേശംനൽകി.

നാലുകോവിലകത്തെ തമ്പാന്മാർ, ഞാലിക്കരമ്മലെ ചന്തു,

കീഴായി പനങ്ങാടൻചന്തു, കോട്ടയ്ക്കൽ കുഞ്ഞാലിമരക്കാർ, പുതിയകോവിലകത്ത് വാഴുന്നവർ, കോയിലത്ത് കോമപ്പൻ നമ്പ്യാർ, തോട്ടത്തിൽ കേളപ്പൻനമ്പ്യാർ, ചിനംവീട്ടിൽ തങ്ങൾ വാഴുന്നവർ, അങ്ങനെപോകുന്നു ക്ഷണിതാക്കളുടെ പട്ടിക. ഇവർക്കെല്ലാം ഓലയിൽ വിവരം കുറിച്ചയക്കണം, ഇനിയും കേമന്മാരായ പടയാളികൾ ധാരാളംവേണം. കോമക്കുറുപ്പ് ഒതേനനെ ബോധ്യപ്പെടുത്തി – എടച്ചേരി ഒതേനൻ നമ്പ്യാർ, പനങ്ങാടൻ ചന്തുക്കുറുപ്പ്, കതിരൂർ തറയിലെ പയ്യമ്പിള്ളി ചന്തു, കോട്ടയ്ക്കൽ അഹമ്മദ് മരക്കാർ, വടകരപീടികയിൽ കുഞ്ഞിപ്പോക്കർ–' ഇവരെയെല്ലാം ക്ഷണിച്ച് പൊന്നിയത്തേക്ക് കൂട്ടിക്കൊണ്ടുപോകണം.

ഒരുക്കങ്ങൾ ഒട്ടനവധിയുണ്ട്. പൊൻപണിയെടുക്കാൻ പെട്ടെന്ന് തട്ടാന്മാരെ വരുത്തണം. ഏഴൂർ നാട്ടിലെ സ്വർണപ്പണിക്കാരെ തേടി വരുത്തി. അവർക്ക് മറ നിർമിച്ച് അതിനകത്തിരുത്തി പണിനടത്തി.

"പടകുറിച്ച് കഴിഞ്ഞനായർ പടനോറ്റ് വീട്ടിലിരിക്കണം. അയാൾ നടക്കോണിക്ക് താഴെയിറങ്ങരുത്."

കോമക്കുറുപ്പ് ഒതേനനെ പടച്ചട്ടങ്ങൾ ഓർമിപ്പിച്ചു.

"പൊന്നിയം പടകഴിയുവോളം മാണിക്കോത്ത് വീട്ടിൽനിന്ന് ഇനി ഞാൻ ഇറങ്ങുന്നില്ല എട്ടാ."

ഒതേനൻ തികഞ്ഞ അനുസരണ ശീലനായി.

"പണ്ട്പടയ്ക്ക് ഞാൻ പോകുന്നേരം
മുപ്പിടിച്ചോറുണ്ടുപോകാറുണ്ട്."

പടനായർ ഭാര്യ ചീരുവിനെ വിളിച്ച് ഭക്ഷണം തയാറാക്കാൻ ആവശ്യപ്പെട്ടു.

"പൊന്നിട്ട പെട്ടി തുറന്നുവേഗം
വേണ്ടുന്നപൊന്നൊക്കെ എടുത്തുവെച്ചു
വെടിവച്ചാൽ കൊള്ളാതുറുക്കുംതണ്ടും
പെട്ടിയിലെങ്ങാനും കാണാനില്ല."

അയാൾ സ്വർണം സൂക്ഷിച്ച പെട്ടിയിൽനിന്ന് ആവശ്യമുള്ള ആഭരണങ്ങൾ പുറത്തെടുത്തു. അപ്പോഴാണ് എന്നും അരയിൽ കെട്ടുന്ന ഉറുക്ക് കാണാതായ കാര്യം അറിയുന്നത്.

കുളികഴിഞ്ഞ പടനായർ –

"ചന്ദനമുരസിവടിച്ചെടുത്തു
നല്ലകളഭവും കസ്തൂരിയും
കോഴിക്കോടൻ ചാന്തും ചന്ദനവും
നാലുമണവുമൊന്നായി ചേർത്തങ്ങ്
നായര് കുറിയഞ്ചും തൊട്ടുവല്ലോ
കടത്തുവൈനാടൻ വരവരഞ്ഞു."

ചന്ദനകളഭാദിലേപനങ്ങൾ കൊണ്ട് കുറിവരച്ച്, കടത്തനാടൻ വരയിട്ട് ഒതേനൻ മാണിക്കോത്ത് ഭവനത്തിലെ തെക്കിനി മുറിയിൽ കയറി.

"പട്ടിട്ടപെട്ടിമുഖംതുറന്നു
മക്കത്തിന്നോടിവന്നകന്നി ഓല
ഓടക്കുഴലിൽ തിരിച്ചപട്ട്
അണയോടെ എടുക്കുന്നുകുഞ്ഞിഒതേനൻ
പട്ടുടുത്തൊറ്റതൊഴിയുംവെച്ച്
പൊന്നിട്ടപെട്ടിമുഖംതുറന്നു
കോട്ടപ്പണിനല്ലപൊൻതുടരം
പട്ടിന്നരഞ്ഞാണം ചേർക്കുന്നുണ്ട്"

വിശേഷ വസ്ത്രങ്ങളുടെ ശേഖരം തുറന്ന് ഒതേനൻ ഉടുത്തൊരുങ്ങാൻ തുടങ്ങി. സ്വർണാഭരണങ്ങളുടെ സൂക്ഷിപ്പ് പുറത്തെടുത്ത് അണിഞ്ഞു. എല്ലാം വളരെ തന്മയത്വത്തോടെ വിവരിക്കുകയാണീ വരികളിൽ.

ഒതേനൻ അങ്കച്ചമയങ്ങളണിഞ്ഞു. നാലുമുഴം നീളമുള്ള സ്വർണക്കരവെച്ച് നെയ്ത മുണ്ടുടുത്തു. അരയിൽ പൊൻതുടര് കെട്ടി. പൊന്നിന്റെ ചങ്ങല ഞാത്തിയിട്ട കത്തി മടിയിൽ തിരുകി

വെച്ചു. വീരാളിപ്പട്ട് തലയിൽ കെട്ടി, ഒരു വിരലിൽ രണ്ടുവീതം നാല് വിരലുകളിൽ എട്ട് സ്വർണമോതിരങ്ങൾ. രാമായണം കഥയിലെ സൂക്തങ്ങൾ ലിഖിതം ചെയ്ത കങ്കണം വലത്തെ കയ്യിലണിഞ്ഞു.

"കാതിൽ നാഗകുണ്ഡലം ചാർത്തി
മുടിചീകിവകഞ്ഞുകെട്ടി
സ്വർണത്തിന്റെ ഒരു പൂവ് അതിലണിഞ്ഞ്
വീരാളിപ്പട്ട് അരയിൽച്ചുറ്റി
അതിന്മേലൊരു സ്വർണത്തിന്റെ അരപ്പട്ടചാർത്തി
രാമായണകഥകൾ കൊത്തിയ
കട്ടിക്കാപ്പ് വലതുകൈ
ത്തണ്ടയിൽകെട്ടി
വലതുകയ്യിൽ സ്വർണപ്പിടിയുള്ള വാളെടുത്ത്
ഇടതുകയ്യിൽ നരിപരിചയെടുത്ത്"

ആ പടയാളി രൂപം വരച്ചുകാട്ടിയ വടക്കൻ പാട്ടുകവിയുടെ ഉപമാനം – തച്ചോളി ഒതേനൻ പത്തരമാറ്റുള്ള പൊന്നുരുക്കിയതുപോലെ എന്നാണ്.

അങ്കച്ചമയങ്ങളുടെ വിവരണം പാട്ടുകളിൽ സുദീർഘമാണ്. ഇവരുടെ വേഷവിധാനങ്ങളും കോലത്ത് നാട്ടിൽ കെട്ടിയാടുന്ന തെയ്യങ്ങളുടെ ആടയാഭരണങ്ങളും തമ്മിൽ വലിയ സാമ്യതയുണ്ട്. വസ്ത്രങ്ങളുടെ വർണം, ഞൊറിവെച്ചുള്ള ഉടുപ്പ്, കണ്ഠാഭരണങ്ങൾ എന്നിവ ഉദാഹരണങ്ങൾ. വടക്കൻ പാട്ടുകളിലെ മുഖ്യനായകനായ തച്ചോളി ഒതേനനുപുറമെ, തച്ചോളികുഞ്ഞിച്ചന്തു, ആരോമൽ ചേകവർ, പയ്യമ്പിളിച്ചന്തു എന്നീ വീരകേസരിമാരും അങ്കക്കളത്തിലേക്ക് പുറപ്പെടുന്ന വേളയിലെ ഒരുക്കങ്ങളും ഏതാണ്ട് തെയ്യക്കോലങ്ങളുടെതിനു സമാനമാണ്.

പടയൊരുക്കങ്ങൾ പൂർത്തിയാക്കിയ ഒതേനൻ തെക്കിനിമുറിയിൽ നിന്ന് പുറത്തിറങ്ങി. അപ്പോൾ വെൺമുരുക്ക് മരം പൂത്തു

ലഞ്ഞമട്ടിലായിരുന്നു ഒതേനൻ എന്നാണ് പാട്ടുകെട്ടുകാരന്റെ വിവരണം. ഉടുത്തൊരുങ്ങിയ ഒതേനനെ സമൃദ്ധമായി പുഷ്പിച്ചുനിൽക്കുന്ന വെള്ളമുരുക്ക് മരത്തോടുപമിച്ചിരിക്കുകയാണ്. ഈ നേർച്ചൊല്ലുകളിലെ കലാസൗന്ദര്യം പാട്ടുകൾക്ക് ഭാവഗാംഭീര്യമേകുന്നു.

അങ്കത്തിനു പുറപ്പെടുന്നതിനുമുമ്പ് അയാൾ മുഹൂർത്തച്ചോറുണ്ണാനിരുന്നു.

"കാവിലെ ചാത്തോത്ത് കുങ്കിയപ്പോൾ
പൂവനിലയും മുറിച്ചുവെച്ചു
പൂപോലെ ചോറ് വിളമ്പിയല്ലോ
പൊൻപോലെ നാലുതരംകറിയും
മഴവെള്ളം പോലെയുരുക്കു നെയ്യും
മഞ്ഞുവെള്ളംപോലെ നനച്ചുചോറിൽ"

ഊണിന്റെ വിഭവങ്ങളുടെ ഉപമാനങ്ങൾ ധാരാളമാണീ പാട്ടിൽ.

അങ്കത്തിനു പുറപ്പെടുന്ന പടയാളിസംഘത്തിൽപ്പെട്ട് പ്രമുഖർ മാണിക്കോത്ത് വീട്ടിലെ ഉമ്മറക്കോലായിൽ സന്നിഹിതരായിട്ടുണ്ട്. അവരുടെയെല്ലാം അനുവാദത്തോടെയാണ് പടനായർ മുഹൂർത്തച്ചോറ് ഉണ്ണേണ്ടത്.

പരദേവതയെ തൊഴുതതിനുശേഷം ഉറുമിയും പരിചയും കൈയിലേന്തി ജ്യേഷ്ഠസഹോദരൻ കോമക്കുറുപ്പിനോട് ഒതേനൻ യാത്രചോദിച്ചു.

പൊന്നിയംപട പേരുകേട്ട പോർ വീരന്മാരാൽ സമ്പന്നമായിരുന്നു. കൂടാതെ ബഹുമതസാഹോദര്യത്തിൽ അടിയുറച്ചുവിശ്വാസമുള്ളയാളായിരുന്നു ഒതേനൻ എന്ന് ആ അങ്കത്തിൽ പങ്കെടുത്ത പോരാളികളുടെ സാന്നിധ്യംകൊണ്ട് വ്യക്തമാകും.

"കോട്ടയ്ക്കൽ അഹമ്മദുകുരിക്കളെത്തി
വടകരപീടികയിൽ കുഞ്ഞിപ്പോക്കർ
തന്റെസഹായികളോടൊപ്പമെത്തി"

പടനായന്മാർക്കൊപ്പം മുസ്ലീംവിഭാഗത്തിലെ പ്രഗത്ഭരും പങ്കെടുത്തതായി പറയുന്നു.

മടക്കയാത്ര

അനുജന്റെ അന്ത്യരംഗത്തിന് ദൃക്സാക്ഷിയായ ജ്യേഷ്ഠൻ കോമക്കുറുപ്പിന്റെ ആകുലാവസ്ഥ പാട്ടുകളിൽ ചിത്രീകരിക്കുന്നത് ഇങ്ങനെ–

“അനുജനെ കണ്ണാലെ കാണുന്നേരം
കുന്നത്ത് ഇളമുളപൊട്ടുംപോലെ
പൊട്ടിക്കരയുന്നങ്ങേട്ടനല്ലൊ”

മുളങ്കാട്ടിലെ മൂപ്പെത്താത്തമുള പൊട്ടിത്തകരുന്നപോലെയാണ് സഹോദരനു വെടിയേറ്റ് കണ്ട കോമക്കുറുപ്പിന്റെ ദീനരോദനമെന്ന് പാട്ടുകെട്ടുകാരന്റെ ഉപമാനം.

പൊന്നിയത്ത് നിന്ന് ഒതേനനും സംഘവും അങ്കം കഴിഞ്ഞ നാൾ തന്നെ സ്വദേശത്തേക്ക് തിരിച്ചുപോയി. പൊന്നിയംപുഴയും പുത്തലംപുഴയും കടന്ന് ചമ്പാട്ട് ഗ്രാമത്തിലെ പുഞ്ചവയലിലൂടെ പാനൂരിലെത്തി. അവിടെനിന്ന് പെരിങ്ങത്തൂർ പുഴ (കണ്ണൂർ ജില്ലയുടെ അതിർത്തി) കടന്നുകോഴിക്കോട് ജില്ലയിലെ ഗ്രാമപ്രദേശങ്ങളിലൂടെ നടന്ന് കടത്തനാട്ടെ തച്ചോളിമേപ്പയിൽ വീട്ടിലെത്തുകയാണ്.

എതിരാളിയുടെ വെടിയേറ്റ ഒതേനന്റെ കച്ചയഴിച്ച് മുറിവിൽ മരുന്നുവെച്ച് കെട്ടിയാണ് കടത്തനാട്ടേക്ക് യാത്രതിരിച്ചത്. പയ്യമ്പള്ളി ചന്തുപ്രാഥമിക ശുശ്രൂഷകൾ ചെയ്തു. ആ ദാരുണരംഗം വീക്ഷിച്ച, പടക്കളത്തിലുണ്ടായിരുന്ന പുതിയ കോലോത്ത് വാഴുന്നവരും ചിനംവീട്ടിൽ തങ്ങൾ വാഴുന്നവരും തോട്ടത്തിൽ കേളപ്പൻ നമ്പ്യാരും കോട്ടയ്ക്കൽ കുഞ്ഞാലി മരയ്ക്കാറുമെല്ലാം വാവിട്ടുകരയുകയായിരുന്നു.

അവശനായ ഒതേനനെ കൈപിടിച്ചുകൊണ്ടുപോകാൻ ഭാവിച്ച ചന്തുവിനോട് ഒതേനൻ–

“തച്ചോളി വീട്ടിലെത്തുവോളം
എന്റെ കയ്യാരും പിടിക്കവേണ്ട.”

ദൃഢമായ ഒരു തീരുമാനം പ്രഖ്യാപിക്കും മട്ടിലാണ് അത്തരം വാക്കുകൾ.

ഒതേനനും സംഘവും പെരിങ്ങത്തൂർ പുഴയുടെ കരയ്ക്കെത്തി. പുഴയ്ക്ക് പാലം പണിതിട്ടില്ലാതിരുന്ന അക്കാലത്ത് അക്കരെ കടക്കാൻ തോണിമാർഗം സഞ്ചരിച്ചു.

അവരെല്ലാം തച്ചോളിവീട്ടിനടുത്ത് എത്തുമ്പോൾ നൂറ്റൊന്നു കുറ്റിയുടെ വെടിയൊച്ച ഉയർന്നു, പോർക്കളത്തിലെ ജയം വിളിച്ചറിയിക്കുന്നതിനു കതിനവെടി പൊട്ടിക്കുന്ന സമ്പ്രദായം അന്നു നിലവിലുണ്ടായിരുന്നു. വീട്ടിന്റെ നടക്കോണിക്കടുത്ത് ഒതേനനും സംഘവുമെത്തി. ഒതേനന്റെ കുഞ്ഞുപുത്രൻ അമ്പാടിയെ പയ്യമ്പള്ളിച്ചന്തു അച്ഛന്റെ അരികിലേക്ക് എടുത്തുകൊണ്ടുവന്നു. അമ്പാടിയുടെ നിഷ്കളങ്കമായ ചിരിയും കളിയും കണ്ട് കൂടിനിന്നവരുടെ കണ്ണുകൾ ഈറനണിഞ്ഞു. സ്വർണം അടക്കം വിലപിടിപ്പുള്ള എല്ലാ സാധനങ്ങളും സൂക്ഷിച്ച പെട്ടിയുടെ താക്കോലുകൾ ഒതേനൻ ജ്യേഷ്ഠന്റെ കയ്യിലേൽപ്പിച്ചു. വിറകൈകളാൽ കോമക്കുറുപ്പ് താക്കോൽക്കൂട്ടം കൈപ്പറ്റുന്നത് അവിടെ കൂടിനിന്നവർ നിശ്ശബ്ദം നോക്കിനിന്നു.

വേർപിരിയലിന് മുമ്പായി ചെയ്തുതീർക്കേണ്ടുന്ന കൃത്യങ്ങളിൽ ഏർപ്പെടുകയാണ് ഒതേനൻ. ഭൂമി കൈവശംവെച്ചനുഭവിച്ചുപോരുന്ന കുടിയാന്മാരിൽനിന്ന് ലഭിക്കേണ്ടുന്ന വാരവും പാട്ടവുമെല്ലാം വാങ്ങാൻ ഒതേനൻ സഹോദരനെ ഏൽപ്പിച്ചു. അതോടൊപ്പം ഒരു വിശേഷാൽ വാക്ക്– “കുടിയാന്മാരോട് നിങ്ങൾ വെറുക്കരുതേ” മണ്ണിൽ പണിയെടുക്കുന്ന കൈവശക്കാർക്ക് പ്രയാസങ്ങൾ ഉണ്ടാകാനിടവരുത്തരുതെന്നാണ്

ഒതേനന്റെ അന്ത്യസമയത്തെ അഭ്യർഥന. അവരുടെ അധ്വാന ഫലമാണ് നമ്മുടെ ഭക്ഷണത്തിനുതകുന്നതെന്നും ഒതേനൻ വിശ്വസിച്ചു. അതുകൊണ്ട് കുടിയാന്മാരെ വിഷമിപ്പിക്കരുതെന്നും പറഞ്ഞ് ഏൽപ്പിച്ചു.

ഒതേനന്റെ വിശാലവീക്ഷണവും സന്മനസ്കതയും പ്രകടമാക്കിയ അവസാനനിമിഷങ്ങൾക്ക് അവിടെ കൂടിനിന്നവർ സാക്ഷ്യംവഹിച്ചു.

4

ഉണ്ണിയാർച്ച

ഉണ്ണിയാർച്ച – നമുക്കെല്ലാം സുപരിചിതമായ ഒരു വനിതാരത്നത്തിന്റെ നാമധേയമാണ്. നാലഞ്ച് നൂറ്റാണ്ടുകൾക്ക് മുമ്പ് തന്റെ അഭ്യാസപാടവംകൊണ്ട് അക്രമിക്കൂട്ടത്തെ കിടുകിടാവിറപ്പിച്ച വീരതരുണിയാണ് ആറ്റുംമണമേൽ ഉണ്ണിയാർച്ച. ഇതൊരു സാങ്കൽപ്പിക കഥാപാത്രമല്ല. നമുക്കിടയിൽ ജീവിച്ച് മൺമറഞ്ഞുപോയ മഹിളാമണിയാണത്.

അവർണജാതിയിൽപ്പെട്ടവർക്ക് സ്വാതന്ത്ര്യം നിഷേധിക്കപ്പെട്ട കാലം. കോഴിക്കോട് ജില്ലയിലെ നാദാപുര (നാഗപുരം എന്നുപാട്ടുകളിൽ)ത്ത് പൊതുവഴിയിൽ കൂടി നടന്നുപോയ സ്ത്രീകളെ ചിലർ ശല്യംചെയ്തു. ആ ഉപദ്രവത്തെ ചെറുക്കാൻ ആറ്റുംമണമേൽ ഉണ്ണിയാർച്ച എന്ന കീഴ്ജാതി (തിയ്യ)യിൽപ്പെട്ട ഒരു നാടൻ പെണ്ണ് മുന്നോട്ടുവന്നു. അവൾ കളരിപ്പയറ്റിൽ അതിവിചക്ഷണയായിരുന്നു. നാദാപുരത്തെ റോഡിൽക്കൂടി വാൾവീശി കൂട്ടുകാരികളോടൊപ്പം സധൈര്യം നടന്നുവന്ന ഉണ്ണിയാർച്ച അക്രമികളെ പരസ്യമായി വെല്ലുവിളിച്ചു. ആ അഭ്യാസിയുടെ കയ്യിലുള്ള വെട്ടിത്തിളങ്ങുന്ന വാൾത്തലപ്പ് കണ്ട് വഴിയിൽക്കൂടി നടന്നുപോകുന്ന വനിതകളെ ഉപദ്രവിക്കാൻ ഒരുങ്ങുന്ന പുരുഷന്മാർ പേടിച്ച് പിന്നാക്കംപോയി. നാദാപുരത്തങ്ങാ

ടിയിൽ അതൊരു അപൂർവദൃശ്യമായിരുന്നു. പുരുഷന്മാരെപ്പോലും അതിശയിപ്പിക്കുന്ന അഭ്യാസമുറകൾ ആർജിച്ച ആ നാരീരത്നത്തിന്റെ അപദാനങ്ങൾ വാഴ്ത്തുന്ന ഈരടികൾ വടക്കൻ പാട്ടുകളിൽ സവിശേഷശ്രദ്ധയർഹിക്കുന്നതാണ്.

വളരെ വർഷങ്ങൾക്ക്മുമ്പ് ഒരു സാധാരണ കുടുംബത്തിലെ അംഗമായ സ്ത്രീ സധൈര്യം അക്രമികളെ അടിച്ചമർത്തിയ സംഭവം അത്ഭുതാദരവുകളോടെയേ നമുക്കിന്ന് ഒർക്കാൻകഴിയൂ. സമ്പത്തും അധികാരവും കൈയടക്കിവെച്ച സമുദായത്തിലെ പ്രമാണിവർഗത്തോടാണ് അവർ മല്ലിട്ടതെന്ന് അറിയുമ്പോൾ അതിശയം വർധിക്കുകയേ ഉള്ളൂ.

കൂത്തുകാണാൻ

അല്ലിമലർക്കാവിൽ ഉണ്ണിയാർച്ച കൂത്തുകാണാൻ പോയ ഒരു കഥയുണ്ട്. പ്രശസ്തമായ ഒരു വടക്കൻ പാട്ടുകഥയാണത്. സമൂഹത്തിലെ ഉന്നതകുലജാതർ അധികാരത്തിന്റെ ഹുങ്കിൽ സ്ത്രീകൾക്ക് സ്വാതന്ത്ര്യം നിഷേധിച്ചിരുന്നകാലം. താണജാതിയിൽപ്പെട്ടവർക്ക് സുരക്ഷിതത്വം തെല്ലുമില്ലാത്ത അക്കാലത്ത് കൂത്തുകാണാൻ അത്തരക്കാർ പോകാറില്ലായിരുന്നു. എന്നാൽ ഉണ്ണിയാർച്ച അല്ലിമലർക്കാവിൽ പോകാനിരുന്നപ്പോൾ അവരുടെ ഭർത്താവ് കുഞ്ഞിരാമൻ അത് വിലക്കി.

അപ്പോൾ ഉണ്ണിയാർച്ചയുടെ വാക്കുകൾ–

“പെണ്ണായ ഞാനോ വിറയ്ക്കുന്നില്ല
ആണായനിങ്ങൾ വിറയ്ക്കുന്നെന്തെ
ആയിരം വന്നാലും കാര്യമില്ല
പുത്തൂരം വീട്ടിലെ പെണ്ണുങ്ങളാ.”

എന്ത് ധീരതയാർന്ന വാക്കുകൾ, ഭയചികിതനായ ഭർത്താവ്. ഭാര്യയിൽ നിന്നുയർന്നുകേട്ട ധീരശബ്ദം. വീരന്മാർ പിറന്ന പുത്തൂരം തറവാട്ടിലെ വീറുറ്റ പെൺസന്തതിയാണു താൻ. അല്ലിമലർക്കാവിലെ കൂത്തമ്പലത്തിനടുത്തുവെച്ച് ആരാണു തങ്ങളെ തടയാൻ വരുന്നതെന്ന് കാണട്ടെ. അവർ ആയിരങ്ങൾ തന്നെ ആയിക്കോട്ടെ. ഇത് പുത്തൂരം വീട്ടിലെ പെണ്ണ് ആണെന്ന് ഓർമ

വേണം. അനാവശ്യമായി ആരെയും വകവെക്കുകയില്ലെന്നോർത്തോളൂ. പുരുഷനായ നിങ്ങൾ എന്തിനു വിറയ്ക്കുന്നു സ്ത്രീയായ എനിക്ക് അൽപ്പംപോലും ഭയമില്ലല്ലൊ.

ആ വീരതരുണിയുടെ ധൈര്യം നിറഞ്ഞവാക്കുകൾ. സമൂഹത്തിലെ മാടമ്പിസംഘം കെട്ടിയുയർത്തിയ നീതിനിഷേധത്തിന്റെ മതിൽക്കെട്ടുകൾക്ക് നേരെയുയർന്ന ആഞ്ഞടി.

പടനയിച്ച് പൊരുതിമുന്നേറുന്നതിൽ പെണ്ണുങ്ങൾ ഒട്ടും പിന്നണിയിലായിരുന്നില്ല. പന്ത്രണ്ട് വയസുകഴിയുന്ന ഏത് പെൺകൊടിയും കായികാഭ്യാസ പരിശീലനത്തിന് കളരിയിൽ പോവുക പതിവാണ്. താൻ വശത്താക്കിവെച്ച അഭ്യാസമുറകൾ സഹചാരികൾക്ക് പകർന്നുകൊടുക്കുക എന്നത് ശീലമാക്കിയ സ്ത്രീപോരാളിമാർ ധാരാളം ഉണ്ടായിരുന്നുവെന്ന് വടക്കൻ പാട്ടുകളിൽ നിന്നറിയാം. പഴയകാലത്തെ നാടിന്റെ അഭിമാനഭാജനങ്ങളാണ് ആ ഉശിരൻ വനിതകളെന്നകാര്യത്തിൽ സംശയമില്ല.

വീരനായിക

ഉണ്ണിയാർച്ചയുടെ വീരാപദാനങ്ങൾ വാഴ്ത്തുന്ന വടക്കൻ പാട്ടുകൾ ആവേശദായകമാണ്. 'കയ്യൂക്കുള്ളവൻ കാര്യക്കാരൻ' എന്ന പ്രാകൃതനിയമത്തിലധിഷ്ഠിതമായ സാമൂഹ്യവ്യവസ്ഥയായിരുന്നല്ലൊ അന്നുനിലവിലുണ്ടായിരുന്നത്. അത്കൊണ്ടാണു ഉണ്ണിയാർച്ച എന്ന തരുണീമണിയുടെ അക്കാലത്തെ ധീരകൃത്യങ്ങൾ അവിസ്മരണീയമാകുന്നത്. ഇന്നത്തെപ്പോലെ സ്ത്രീകൾ മെയ്യാഭരണങ്ങളണിഞ്ഞ് പൊന്നിൽ കുളിക്കുന്ന സ്ഥിതി പണ്ടുണ്ടായിരുന്നില്ല. അന്നത്തെ സ്ത്രീകൾ മെയ്യാഭരണങ്ങൾ അണിയുന്നവർതന്നെ. എന്നാൽ ശാസ്ത്രീയമായ രീതിയിൽ കളരിയഭ്യാസം ശീലിക്കുന്നതിന് മുൻഗണന നൽകുകയും ചെയ്തിരുന്നു. ശത്രുവിനോടേറ്റുമുട്ടാൻ യുദ്ധസജ്ജരാകാനുള്ള തന്റേടവും അവരിൽ ഒരുവിഭാഗം പ്രകടമാക്കിയിട്ടുണ്ട്.

പൗരാണിക കേരളത്തിന്റെ ചരിത്ര രചയിതാക്കൾ വീരനായകരെയും നായികമാരെയും നമുക്ക് പരിചയപ്പെടുത്തുന്നു. നമ്മുടെ ആയോധന ചരിത്രത്തിന്റെ ആദ്യപാഠങ്ങൾ ഉണ്ണിയാർച്ചയുടെ പാട്ടുകളിൽനിന്ന് സുഗ്രഹമാണ്. സാഹസികത നിറഞ്ഞ ഈ ജീവിതകഥകൾ കന്നട ഭാഷയിലെ നാടോടിസാഹിത്യത്തിലും ഭാഷാന്തരം നിർവഹിച്ചിട്ടുണ്ട്.

5

കണ്ടാച്ചേരി ചാപ്പൻ

വീരരസപ്രധാനമാണ് വടക്കൻപാട്ടുകൾ. തച്ചോളി ഒതേനൻ എന്ന വീരനായകന്റെ സന്തതസഹചാരിയും അയാളുടെ ഉപദേഷ്ടാവും ആയിരുന്ന കണ്ടാച്ചേരി ചാപ്പൻ ഇതിലൊരു അപ്രധാന കഥാപാത്രമായാണ് ഗണിക്കപ്പെടുന്നത്. ഒതേനനെ സന്മാർഗത്തിലേക്കും ദുർമാർഗത്തിലേക്കും വഴിതിരിച്ചുവിടുന്ന ചാപ്പനെ ഒരു ഹാസ്യകഥാപാത്രമെന്നനിലയിലാണ് പാട്ടുകളിൽ ചിത്രീകരിച്ചിരിക്കുന്നത്.

"കൊണ്ടുനടന്നതും നീയെചാപ്പാ
കൊണ്ടുപോയ്ക്കൊല്ലിച്ചതും നീയെചാപ്പാ"

എന്ന ഒതേനന്റെ അന്ത്യവേളയിലെ വാക്കുകൾ വളരെ അന്വർഥമാണ്.

തന്റെ സുഖദുഃഖങ്ങളുടെ നിത്യസാക്ഷിയായി വർത്തിച്ചയാളും അവസാനത്തെ അങ്കത്തട്ടിലേക്ക് നയിച്ചയാളുമാണ് ചാപ്പനെന്ന യാഥാർഥ്യം ഒതേനൻ അർഥഗർഭമായി പ്രസ്താവിച്ചതാണ്. ഹൃദയൈക്യമുള്ള പ്രിയസുഹൃത്തിന്റെ വേർപാട് ചാപ്പനു സഹിക്കാൻ പറ്റാത്തതായിരുന്നു.

സകലദേശങ്ങളിലും പ്രശസ്തനായി അറിയപ്പെടുന്ന തച്ചോളിവീട്ടിലെ ഇളയകുറുപ്പാണ് തന്റെ നേർ ചങ്ങാതിയെന്ന് ചാപ്പൻ പരിചയപ്പെടുത്തുന്ന ഈരടികളുണ്ട്.

"ഏതൊരുദിക്കിലും പോകുന്നേരം
കൂടെനടക്കുന്നകണ്ടാച്ചേരി-
ചാപ്പനാകുന്നത് ഞാനാകുന്നു"

ഒതേനന്റെ സർവകാര്യങ്ങളിലും ഇടപെട്ട് അയാളുടെ സന്ദേശവാഹകനായി പോകുന്നത് കണ്ടാച്ചേരി ചാപ്പനാണ്. തന്റെ പ്രിയസഖാവിന്റെ എല്ലാ ചെയ്തികൾക്കും കൂട്ടുനിൽക്കുകയും പ്രേരണചെലുത്തുകയും ചെയ്യലാണ് അയാളുടെ ജോലി. ഒതേനന്റെ ഉദ്ദിഷ്ടകാര്യങ്ങൾക്ക് വിഘ്നം വരാതിരിക്കാനുള്ള നീക്കങ്ങളാണ് ചാപ്പൻ ആസൂത്രണംചെയ്ത് നടപ്പിലാക്കിയത്.

ആദ്യത്തെ പരാജയം

പൊന്നിയത്തെ വലിയഅങ്കത്തിനുമുമ്പ് ഒതേനൻ ചെറിയൊരങ്കം നടത്തുകയുണ്ടായി. കരിന്നൂൽ ചുണ്ടുപെരുമലയൻ എന്നയാളോടാണ് യദൃച്ഛയാ അങ്കം കുറിച്ചത്.

ഒരുദിവസം ഏറെദൂരം യാത്രചെയ്ത ക്ഷീണത്താൽ ഒതേനൻ വഴിവക്കിൽ ചാപ്പന്റെ മടിയിൽ തലചായ്ച് കിടന്നുറങ്ങുകയായിരുന്നു. അപ്പോൾ ആ വഴിവന്ന ചുണ്ടുപെരുമലയനും ഇരുപത്തിരണ്ട് യുവാക്കളും അതുകണ്ട് പരിഹസിച്ചു. 'എനിക്കും, എനിക്കും പൊന്നിയത്ത് പോകണം' എന്ന് അവർ തമ്മിൽ സംസാരിച്ചുകൊണ്ട് നീങ്ങുകയാണ്. അതുകേട്ട ഒതേനൻ അവരെ വിളിച്ചുപൊയ്ത്തിനു ക്ഷണിച്ചു.

"പൊന്നിയത്ത് പിന്നെപോകാം. ഇപ്പോൾതന്നെ ഒന്നു പൊയ്തുകളയാം. ഇങ്ങോട്ടുവാ"

ഒതേനൻ വഴിപോക്കരോട് പറഞ്ഞു. അവർ വെല്ലുവിളി സ്വീകരിച്ചു.

“കിഴക്കുംപടിഞ്ഞാറുംനിന്നവരൊ
പടക്കോഴി തമ്മിൽ പിണങ്ങുമ്പോലെ
ഇരുവരും തമ്മില് പൊയ്തോണ്ടിറ്റ്
സൂചിക്കിരുമ്പിനുപഴുതുമില്ല.”

ഒതേനനും പെരുമലയനും തമ്മിൽ അതിവാശിയേറിയ പൊയ്ത്ത് തന്നെ. പടക്കോഴികൾ തമ്മിൽ വാശിപൂർവം കൊത്തിയടുക്കുംമട്ടിൽ ഏറെ നേരത്തെ പൊയ്ത്ത് കഴിഞ്ഞിട്ടും ഇരുവർക്കും ശരീരത്തിൽ മുറിപ്പാടുകൾ ഒട്ടുംഉണ്ടായില്ല. ആഭ്യാസപാടവംകൊണ്ട് പോറലേൽക്കാതെ രക്ഷപ്പെട്ടു. പിന്നീട് ഒതേനനു ക്ഷീണമുണ്ടായി ശരീരം തളർന്നു. അയാൾ പ്രിയസുഹൃത്തിനെ അരികിലേക്ക് വിളിച്ചു. അങ്കണത്തിലുണ്ടായ അസാധാരണമായ അനുഭവം അറിയിച്ചു.

“ഇതെല്ലാം എന്ത് പുതുമചാപ്പാ
ഒറ്റയീപയറ്റീട്ടുംകൂത്താടീറ്റും
കുമ്പിട്ടുംകൂത്താടിചെന്നോണ്ടിറ്റും
മലയനോടേതും കഴിവില്ലല്ലൊ.”

അപൂർവമായ മെയ്യൊതുക്കത്തിൽ മലയൻ, കളരിച്ചുവടുകളുടെ കൊലക്കൊമ്പനായ തച്ചോളിക്കുറുപ്പിനെ മുട്ടുകുത്തിക്കുകയാണ്. സർവവിധ അടവുകൾ പ്രയോഗിച്ചിട്ടും എതിരാളിയെ പരാജയപ്പെടുത്താനാവുന്നില്ല. ഒതേനന് അതോർക്കാൻപോലും വയ്യ. ഒരിക്കലും അയാൾക്ക് തോൽവി ഉണ്ടാകാറില്ല.

വിജയം ഒതേനനെ കൈവിടുമെന്ന് അറിഞ്ഞ ഉപദേശകൻ ചാപ്പൻ ഉടൻ ബുദ്ധിപൂർവം പ്രതികരിച്ചു:

“നമ്മളിരുവരും ചെറുപ്പകാലം എഴുതാൻ കളരിക്കൽ പോകുന്നേരം ആറ്റുംമണപ്പുറെ പോയിട്ടില്ലേ” ചാപ്പൻ അങ്ങനെ പറഞ്ഞുനിർത്തും മുമ്പ് ഒതേനൻ പതിനെട്ടാമത്തെ അടവ് – പൂഴിക്കടകൻ പ്രയോഗിച്ചു. അത് നേരായ മാർഗത്തിലൂടെയുള്ള അഭ്യാസമുറയല്ല, ഒരു ചതിപ്രയോഗമാണ്. ചാപ്പൻ അത് സൂചിപ്പിക്കും

മട്ടിലാണ് പണ്ടു കാലത്ത് ആറ്റുംമണപ്പുറത്ത് പോയകാര്യം ഓർമിപ്പിച്ചത്.

പോർക്കളത്തിൽ നേരിട്ടിറങ്ങി പ്രതിയോഗിയോട് ഏറ്റുമുട്ടാൻ ചാപ്പൻ ഉണ്ടാവില്ല. എന്നാൽ തന്റെ സുഹൃത്തിനു ഏത് വിധേനയും വിജയം വരിക്കാൻ വേണ്ടുന്ന മാർഗം നിർദേശിക്കുന്നത് ചാപ്പൻ തന്നെ.

വയറ് നിറയെ ഭക്ഷണംകഴിച്ചാൽ ചാപ്പനു തൃപ്തിയായി. വലിയ ആഹാരപ്രിയനായിരുന്നു അയാൾ. ഒതേനന് അകമ്പടി സേവിച്ച് പോകുമ്പോൾ മൃഷ്ടാന്നഭക്ഷണം തരപ്പെട്ടുകിട്ടുന്നതെങ്ങനെയെന്നാണ് മൂപ്പർ ചിന്തിക്കുക.

ഒതേനൻ ഉച്ചയൂണുകഴിഞ്ഞ് തച്ചോളിമേപ്പയിൽ വീട്ടിലെ പൂമുഖത്തെ തിണ്ണയിൽ ഇരുന്നു വിശ്രമിക്കുമ്പോഴായിരിക്കും തന്റെ ഉറ്റതോഴൻ ചാപ്പന്റെ വരവ്. ഊണിനുശേഷം മുറുക്കിത്തുപ്പുവാൻ വെറ്റിലചുരുട്ടിക്കൊടുക്കുന്നത് ചാപ്പനാണ്. വെറ്റിലമുറുക്ക് കഴിഞ്ഞ് നാട്ടുവിശേഷങ്ങൾ പറഞ്ഞു രസിക്കുന്നതും ചാപ്പനോടൊപ്പംതന്നെ.

“ഒതയോത്തെടത്ത് ചാപ്പൻകണ്ടാച്ചേരി
ഇട്ടനരിച്ചോറും പച്ചമോരും
വയറ്നിറയോളമുണ്ടു ചാപ്പൻ
ചാലിയക്കച്ച ഞൊറിഞ്ഞുടുത്തു
നാൽപ്പത്മടലോല ഈളുംചീന്തി
തോട്ടികുലച്ച് ചുവടുംവെച്ച്
ചാപ്പൻ വരുന്നവരവന്നേരം.”

പച്ചമോര് കൂട്ടി മൃഷ്ടാനഭോജനം കഴിഞ്ഞ്, ചാലിയത്തോർത്ത് ഉടുത്ത്, കുടവയർ പുറത്തുകാട്ടി തെങ്ങോലയുടെ മട്ടൽ കീറിയെടുത്ത് തോട്ടിയുണ്ടാക്കി അത് ഉയർത്തിപ്പിടിച്ച് വരുന്ന ദൃശ്യം വളരെ രസകരമായി വിവരിച്ചിരിക്കുകയാണിതിൽ.

കാവിലുത്സവത്തിനു ചാപ്പനൊപ്പം

കാവുകളിൽ വേലകാണാൻ പോകുമ്പോൾ ഒതേനൻ കൂട്ടിനുവിളിക്കുന്നത് ചാപ്പനെത്തന്നെയാണ്. ലോകനാർക്കാവിലെ വേലയൂട്ടുത്സവത്തിന് അവരിരുവരും പോകുന്ന രംഗം പാട്ടുകളിൽ ചിത്രീകരിച്ചിരിക്കുന്നത് വളരെ തന്മയത്വത്തോടെയാണ്. അരക്കെട്ടിൽ വാളും പരിചയും മുറുക്കിക്കെട്ടി മുന്നിൽ നടക്കുന്നത് കണ്ടാച്ചേരി ചാപ്പൻ. പിന്നിൽ ആയുധപാണിയായ വില്ലാളിവീരൻ ഒതേനൻ.

കാവിൽ നിറയെ ജനസഞ്ചയം. കാവിനുചുറ്റുമതിലുകെട്ടിയപോലെ സ്ഥലത്തെ ആയിരക്കണക്കിനു നായന്മാർ വന്നുനിരന്നിരിക്കുന്നു എന്നാണ് പാട്ടുകെട്ടുകാരൻ വിവരിക്കുന്നത്. കടത്തനാട് വാഴും തമ്പുരാനും, പുറമേരി കോവിലകത്തെ ഒന്നാം മുറത്തമ്പുരാനും, കുറ്റിപ്പുറം തമ്പുരാനുമെല്ലാം അവരവർക്ക് നിശ്ചയിക്കപ്പെട്ട പ്രധാന ഇരിപ്പിടങ്ങളിൽ ഉപവിഷ്ടരായിരിക്കുന്നു.

ലോകനാർക്കാവിൽ ചെന്നുകയറുമ്പോൾ ഒതേനൻ കണ്ടത് അനിഷ്ടകരമായ ദൃശ്യം. തച്ചോളിത്തറവാട്ടുകാർക്ക് നീക്കിവെച്ച അരയാൽത്തറയിൽ അന്യനായ ഒരാൾ – മതിലൂർ ഗുരുക്കൾ ഇരിക്കുന്നു. അതിന്റെ അവകാശികൾ അവിടെ വന്നെത്തിയെന്നറിഞ്ഞിട്ടും ഗുരുക്കൾ മാറുവാൻ കൂട്ടാക്കിയില്ല. അപ്പോൾ ഒതേനൻ ക്രുദ്ധനായി ചാപ്പന്റെ നേരെതിരിഞ്ഞു.

“ഇതെന്തൊരു പുതുമയാണു കണ്ടാച്ചേരി. എന്റെ വെള്ളികെട്ടിയതോക്ക് ഉടൻ എടുത്തുകൊണ്ട് വരിക.”

പക്ഷെ അത് കേട്ട സൂത്രശാലിയായ മതിലൂർ ഗുരുക്കളും സംഘവും തർക്കത്തിനു നിൽക്കാതെ പെട്ടെന്ന് അരയാൽത്തറയിൽ നിന്നിറങ്ങി ഉത്സവംകാണാതെ സ്ഥലംവിട്ടു.

ഈയൊരു സംഭവമാണ് പൊന്നിയത്ത് അങ്കം നിശ്ചയിക്കുന്നതിൽ കലാശിച്ചത്. ലോകനാർക്കാവിലെ ഉത്സവത്തിന് തച്ചോളി മേപ്പയിൽ വീട്ടുകാർക്ക് ഒരുക്കിയ ഇരിപ്പിടത്തിൽ കയ

റിയിരുന്ന മതിലൂർ ഗുരുക്കളെ ഒതേനൻ അപമാനിച്ചു. അവിടെ വെച്ചാണ് തങ്ങളിലാരാണ് കേമനെന്ന് തീരുമാനിക്കാൻ അവർ അങ്കം നിശ്ചയിച്ചു പിരിഞ്ഞത്. അങ്കത്തിന്റെ വേദി പൊന്നിയത്താക്കുകയും ചെയ്തു.

ചാപ്പൻ മുന്നിൽ

ഒതേനന്റെ അവസാനത്തെ അങ്കക്കളമായിരുന്നല്ലോ പൊന്നിയത്തേത്. പതിവുപോലെ അന്നത്തെ അങ്കപ്പുറപ്പാടിലും മുന്നിൽ

നടന്നത് ചാപ്പൻ തന്നെ. അയാൾക്ക് പിന്നിൽ ഒതേനനും. വന്യമൃഗങ്ങൾ ആക്രമിക്കാൻ വരുമ്പോൾ അതിൽനിന്ന് രക്ഷപ്പെടാൻ ഉപയോഗിക്കുന്ന ഒരു വൻ വാരിക്കുന്തം വായുവിൽ ഉയർത്തിപ്പിടിച്ചുകൊണ്ടാണ് ചാപ്പൻ ഒതേനനൊപ്പം പൊന്നിയത്തേക്ക് നീങ്ങിയത്.

പൊന്നിയത്തങ്കത്തിൽ വിജയം വരിച്ചതിനുശേഷം അവിടത്തെ ആൽത്തറയിൽ കയറിയിരുന്നു വിശ്രമിക്കുകയായിരുന്നു ഒതേനൻ. ക്ഷീണിതനായി കാണപ്പെട്ട ഒതേനനു സുഹൃത്ത് ചാപ്പൻ ഇളനീര് കൊത്തിക്കുടിക്കാൻ കൊടുത്തു.

"പടജയിച്ചുള്ളവരാരും പിന്നെ
പടക്കളത്തിലൊട്ടും നിൽക്കരുത്"

എന്ന് ഒപ്പംപോയ മുതിർന്നവർ ഉപദേശിച്ചിരുന്നു. എന്നാൽ ഒതേനൻ അതൊന്നും കണക്കിലെടുത്തില്ല. ഇളനീർകുടിച്ച് ദാഹം മാറ്റി. പിന്നീട് വെറ്റിലമുറുക്ക് കഴിച്ചു. അതിനുശേഷമാണ് മടിയായുധം തിരഞ്ഞുപോയതും അപകടത്തിനിരയായതും.

പൊന്നിയത്ത് വെച്ചുണ്ടായ ഒതേനന്റെ ദാരുണാന്ത്യം ഉടനെ സ്വഭവനത്തിലറിയിക്കാൻ ശട്ടംകെട്ടിയത് ചാപ്പനെയാണ്.

താൻ അങ്കംകഴിഞ്ഞ് തിരിച്ചുവരുന്നതും കാത്ത് ഭാര്യയും മകനും വീട്ടിന്റെ പൂമുഖത്ത് കാത്തുനിൽപ്പുണ്ടാവും. അവരെ തന്ത്രത്തിൽ വിവരമറിയിക്കാതെ കഴിക്കണം. അതാണ് ഒതേനൻ ചാപ്പനെ ഏൽപ്പിച്ച ദൗത്യം.

ചാപ്പൻ മേപ്പയിൽ പോയി മാണിക്കോത്ത് വീട്ടിന്റെ നടക്കോണിചെന്നുകയറി. അപ്പോൾ ക്ഷീണിതവദനനായ ചാപ്പനെകണ്ട് വീട്ടുകാർ ഉൽക്കണ്ഠപൂണ്ടു.

"എന്തുണ്ട് വർത്താനം കണ്ടാച്ചേരി
നേരുപറയണം കണ്ടാച്ചേരി"

പ്രത്യുത്തരമായി ചാപ്പൻ–
"കുറുപ്പ്പടയിൽ ജയിച്ചിനല്ലോ

കുറുപ്പങ്ങുടുത്തുള്ള പട്ടുമുണ്ട്
നന്നെച്ചിതംകെട്ടിരിക്കകൊണ്ട്
പട്ടുമുണ്ടൊന്നുതരേണംപോലും.”

ഒതേനക്കുറുപ്പ് പൊന്നിയംപടയിൽ ജയിച്ചു. ഉടുമുണ്ട് അങ്കത്തിൽവെച്ച് അഴുക്കുപുരണ്ടതായി. അത് മാറ്റിധരിക്കാൻ മറ്റൊരു പട്ടു വസ്ത്രം എടുത്തുകൊടുക്കണമെന്ന് ചാപ്പൻ ആവശ്യപ്പെട്ടു. വീട്ടുകാർ അത് വിശ്വസിച്ചു വസ്ത്രം എടുത്തുകൊടുത്തു. യഥാർഥവിവരം വീട്ടുകാരിൽനിന്ന് തൽക്കാലം മറച്ചുവെക്കാൻ ചാപ്പൻ ചെയ്ത സൂത്രവിദ്യയായിരുന്നു അത്.

6

അമ്പാടി

വടക്കൻ പാട്ടുകളിലെ പ്രമുഖസ്ഥാനീയനായ തച്ചോളി ഒതേനന്റെ ഏകപുത്രനാണ് അമ്പാടി. ചെറുപ്പം മുതൽ കളരിയഭ്യാസം പരിശീലിക്കുന്നതിൽ മുഴുകിയ യുവാവാണ്. തന്നേക്കാൾ മുതിർന്നവരായ ആളുകളെപോലും പോരിനുവിളിച്ച അമ്പാടി അങ്കം കഴിഞ്ഞ് വിജയഭേരിയടിച്ച് തിരിച്ചുവന്നതായി പാട്ടുകളിൽ കാണാം. പൊന്നിയത്തങ്കക്കളരിയിൽവെച്ച് കരുവഞ്ചേരി എമ്മനെ അസാധാരണ കളരിമുറകളിലൂടെ അടിയറവ് പറയിച്ച പോരാളിയാണ് അമ്പാടിയെന്ന് പാട്ടുകളിലുണ്ട്. പിതാവിനെ വെല്ലുന്നപുത്രനെന്ന മട്ടിലാണ് അമ്പാടിയുടെ പെരുമകൾ പാട്ടുകളിൽ വിവരിച്ചുകാട്ടിയിട്ടുള്ളത്.

ആദ്യത്തെപൊയ്ത്ത്

ഈ കൊച്ചുപോരാളിയുടെ പ്രഥമ പൊയ്ത്തിനു സഹായത്തിനായി ഏതൊക്കെ പ്രമുഖന്മാരെ വിവരമറിയിക്കണമെന്നു മുതിർന്നവർ നിർദേശിക്കുന്നത് ഇങ്ങനെ–

"പുത്തൻ പൊയ്ത്ത്കുറിച്ചിതിഞ്ഞി
നാല് കൊയിലോത്തറിയിക്കേണം
മുപ്പത്താറില്ലം കുറുപ്പമ്മാറ്

പുതുപ്പണത്തഞ്ഞൂറ് തങ്ങമ്മാറ്
പത്തില്ലത്തുള്ളോരടിയോട്യേള്
നാലില്ലക്കാറോല്നമ്പ്യാമ്മാറ്
ഒക്കെ അറിയിച്ചുപോണമ്പാട്യെ"

അമ്പാടിയുടെ ആദ്യത്തെ പൊയ്ത്താണ്. നാട്ടുനടപ്പനുസരിച്ച് ആരെയൊക്കെ ക്ഷണിച്ചുവരുത്തണമെന്ന് കീഴ്വഴക്കങ്ങളുണ്ട്. നാല് കോവിലകങ്ങളിലെ തമ്പുരാക്കന്മാരെയും വിവരമറിയിച്ച് വരുത്തണം. സവർണജാതിയിൽപ്പെട്ട മുപ്പത്താറില്ലത്തെ കുറുപ്പന്മാർ, പത്തില്ലത്തുള്ള അടിയോടിമാർ, നാലില്ലക്കാരായ നമ്പ്യാന്മാർ, പുതുപ്പണം നാട്ടിലെ മുസ്ലീം വിഭാഗക്കാരായ അഞ്ഞൂറ് തങ്ങന്മാർ ഇവരെയൊക്കെയും ക്ഷണിച്ചുവരുത്തണമെന്നാണ് അമ്പാടിയോട് ആവശ്യപ്പെടുന്നത്.

തന്നെക്കാൾ പത്തു വയസ്സ് കൂടിയ കരുവഞ്ചേരി എമ്മനുമായുള്ള പൊയ്ത്ത് കഴിഞ്ഞ് തിരിച്ചെത്തിയ അമ്പാടി തന്റെ മൂത്തച്ഛൻ കോമക്കുറുപ്പിനെ വിളിച്ചു ജയാഹ്ലാദം പങ്കിട്ടു. "ഇതാ മൂത്തച്ഛാ, കരുവഞ്ചേരി എമ്മന്റെ വാൾ. ഇതുപിടിക്കൂ."

അച്ഛന്റെ അന്ത്യരംഗം

പൊന്നിയത്ത് വെച്ച് ഒതേനന്റെ നെറ്റിത്തടത്തിൽ വെടിയേറ്റുണ്ടായ മുറിവിൽ പച്ചമരുന്ന് കെട്ടി താൽക്കാലികശമനം വരുത്തിയിരിക്കുകയാണ്. കെട്ടഴിച്ച് മാറ്റാൻ സമയമായെന്ന് ഒതേനന് അറിയാം. അതോടെ ജീവൻ നഷ്ടപ്പെടുകയും ചെയ്യും. അതിനിടയിൽ ബന്ധുക്കൾ അത്യാവശ്യമായി അറിയേണ്ടതെല്ലാം അവരോട് പറഞ്ഞുതീർക്കണം.

"ജനിച്ചവർക്കെല്ലാം മരണമുണ്ട്" എന്ന് ജ്യേഷ്ഠാസഹോദരനെ ഒതേനൻ അങ്കത്തട്ടിൽവെച്ച് ഓർമിപ്പിച്ചതാണ്.

"പലരേയും നമ്മൾ കരയിച്ചില്ലേ
നമ്മളുമൊരിക്കൽ കരഞ്ഞിടേണ്ടേ."

അതും ഒതേനവാക്യങ്ങൾതന്നെ പലരേയും കരയിച്ച നമ്മളും ഒരുനാൾ കരയണമല്ലൊ എന്ന്.

തന്റെ പുത്രൻ അമ്പാടിയെ ഒക്കത്തേന്തിക്കൊണ്ടുവരാൻ ഒതേനൻ ആവശ്യപ്പെട്ടു. പൊന്നിയത്തുനിന്ന് ഒതേനനൊപ്പം തിരിച്ചു സംഘത്തിൽ പയ്യമ്പിള്ളി ചന്തുവും ഉണ്ടായിരുന്നു. ചന്തു അമ്പാടിയെ ഒതേനന്റെ അടുത്തിരുത്തി. കാര്യമെന്തന്നറിയാത്ത കുഞ്ഞ് കളിചിരിയുമായി അകത്തളങ്ങളിൽ ഓടിക്കളിച്ചു. പിന്നീട് പിതാവിന്റെ മടിയിൽ കയറിയിരുന്നു. മുറിവായിൽ കെട്ടിയ കച്ചില പിടിച്ചിളക്കാൻ നോക്കി. നിഷ്കളങ്കമായി പുഞ്ചിരിപൊഴിക്കുന്ന ആ ഇളംപൈതലിന്റെ മുഖഭാവം മറ്റുള്ളവരിൽ സഹതാപമുണർത്തി.

"ഏട്ടാ അമ്പാടിയെ അവന്റെ അമ്മയുടെ വീട്ടിലേക്കയക്കരുത്. അവൻ പിതൃഭവനമായ മേപ്പയിൽ വീട്ടിൽത്തന്നെ വളരട്ടെ, മാതൃകാപരനായ പോർവീരനായി നാട്ടിനും വീട്ടിനും അഭിമാനമായി."

ഒതേനൻ ജേഷ്ഠസഹോദരനെ തന്റെ ആഗ്രഹങ്ങൾ അറിയിച്ചു.

"എന്റെ ചമയപ്പാടെല്ലാം തന്നെ
അമ്പാടിക്കുഞ്ഞിനുകൊടുക്കവേണം."

തന്റെ അങ്കവസ്ത്രങ്ങൾ മുഴുവനായും അമ്പാടിക്ക് കൊടുക്കണമെന്നും ഒതേനൻ പറഞ്ഞു.

കണ്ണൂർ ജില്ലയിലെ തെക്ക് കിഴക്കെയറ്റത്ത് പെരിങ്ങത്തൂർ പുഴ കടന്ന് അക്കരെയുള്ള വിശാലമായ പറമ്പ് –കല്ലിടിയൻ പറമ്പ്. അവിടെആയിരം തെങ്ങിൻതൈകൾവെച്ചതിൽ പകുതിയും കുലച്ച് കാഫലം തരുന്നതാണ്. തച്ചോളിത്തറവാട്ടുകാരുടെ വകയാണിത്.

"ഇളനീർകൊതിയനെന്റമ്പാടിയോ
എഴുതാൻക്കളരിക്ക് പോന്നേരവും
എഴുതിക്കളരീന്നുവരുന്നേരവും
ഇളനീർ കുടിക്കാൻ കൊടുക്കവേണം."

ആ പറമ്പിൽനിന്ന് ഇളനീർ പറിച്ച് അമ്പാടിക്ക് കുടിക്കാൻ കൊടുക്കണമെന്നാണ് ഒതേനന്റെ മറ്റൊരു അന്ത്യാഭിലാഷം. കളരിയിൽ എഴുതാൻപോകുമ്പോഴും, അവിടെനിന്ന് തിരിച്ചുവരുമ്പോഴും, ദാഹം മാറ്റാമല്ലോ–ഒതേനൻ സഹോദരനെ ഭരണമേൽപ്പിച്ചു.

പ്രശസ്തിയിലേക്കുയർന്ന ഒതേനനെ സംബന്ധിക്കുന്ന ചരിത്രസംഭവങ്ങൾ വിവരിച്ചപോലെ അമ്പാടിയുടെ ധീരകൃത്യങ്ങൾ വടക്കൻ പാട്ടുകളിൽ ഏറെയൊന്നും കാണപ്പെടുന്നില്ല.